பல்லவப் பேரரசர்

1. மகேந்திர வர்மன்

2. நரசிம்மவர்மன்

டாக்டர் மா. இராசமாணிக்கனார்

அறம் ™
பதிப்பகம்

பல்லவப் பேரரசர்

டாக்டர் மா. இராசமாணிக்கனார்

முதல் பதிப்பு: ஏப்ரல் 2023

வெளியீட்டு எண்: 108

வெளியீடு: அறம் பதிப்பகம்

Pallava Perarasar

Author: Dr. Ma. Rajamanikkanaar

First Edition: April, 2023

Published by: Aram Publication
Address: No. 3/582, Mullai street,
Kasthuribai nagar, Mullipattu village & post
Arani Taluk - 632 316
Tiruvannamalai Dt, Tamil nadu
Contact Cell No: 9150724997
e-mail: arampublication50@gmail.com

Designer: G. Murugan

Printed at: Durga printers, Chennai-14

ISBN: 978-93-91480-76-9

Pages: 88

முன்னுரை

“பல்லவர் வரலாறு” என்ற எனது பெரு நூலைப் பார்வையிட்ட அறிஞர் பலர், இளைஞர்களுக்குதவும் முறையில் பல்லவரைப் பற்றிச் சில நூல்களை எழுதுமாறு வற்புறுத்தினர். அதன் பயனாகப் ‘பல்லவப் பேரரசர்’ என்னும் வரிசையின் முதல் நூலாக வெளிவரும் இச்சிறு நூல் எளிய நடையில் எழுதப்பட்டுள்ளது. இதனில், பல்லவப் பேரரசை ஏற்படுத்திய சிம்ம விஷ்ணுவின் மகனான மஹேந்திரவர்மன், பெயரனான நரசிம்மவர்மன் வரலாறுகள் குறிக்கப்பட்டுள்ளன. இவர்கள். காலத்திற்றான் பல்லவர்- சாளுக்கியர் வன்மையாகப் போர்கள் தொடங்கப் பெற்றன. சமணம் ஒடுக்கப்பட்டுச் சைவமும் வைணவமும் பரவின காலமும் இதுவேயாகும். தமிழ் நாட்டிற்கே புதியவையான குடைவரைக் கோவில்களும் ஒற்றைக்கற் கோவில்களும் தோற்றம் எடுத்தமை இப்பேரரசர் காலத்திற்றான் என்பதை அனைவரும் அறிவர். நாகரிகக் கலைகளான இசை நடனம் - நாடகம் சிற்பம் - ஓவியம் என்பன பல்லவ மன்னரால் போற்றி வளர்க்கப்பட்ட காலமும் இதுவென்னலாம். இப்பல துறைகளில் இப்பேரரசர் காட்டிய வழிவகைகளைப் பின்பற்றியே இவர் மரபினர் ஏறத்தாழ இருநூறு ஆண்டுகள் பேரரசராக இருந்து பல்லவப் பெருநாட்டை ஆண்டனர் என்னல் மிகையாகாது. இங்ஙனம் எல்லாத் துறைகளிலும் பண்பட்டு விளங்கிய இப்பெரு வேந்தர் வரலாறுகளைப் படிப்பதால், கி.பி. ஏழாம் நூற்றாண்டின் தமிழ் நாட்டு வரலாற்றை ஒருவாறு அறிந்தின்புறலாம்.

டாக்டர் மா. இராசமாணிக்கனார்.

பொருளடக்கம்

1. பல்லவர் யாவர்?

பல்லவர் யாவர்? இக்கேள்விக்குத் திட்டமான பதில் கூறக்கூடவில்லை. பல்லவர் ஏறத்தாழ ஐந்நூறு ஆண்டுகள் தென்னிந்தியாவிற் பேரரசு செலுத்தினவர். அவர்கள் என்றும் அழியாத நிலையில் பல குகைக்கோவில்களை அமைத்திருக்கிறார்கள். பாறை களையே கோவில்களாக மாற்றியிருக்கிறார்கள்; பிராக்ருத மொழியிலும் வடமொழியிலும் கிரந்த - தமிழ் மொழியிலும் தங்கள் பட்டயங்களையும் கல்வெட்டு களையும் வெளியிட்டிருக்கிறார்கள்; சிம்மவிஷ்ணு சதுர்வேதி மங்கலம், குமார மார்த்தாண்ட புரம், பல்லவபுரம் (பல்லாவரம்); மஹேந்திரவாடி, பரமேஸ்வர மங்கலம், மஹேந்திர மங்கலம், மஹாமல்லபுரம் என்று பல இடங்கட்குத் தங்கள் பெயர்களை வழங்கியிருக்கிறார்கள்; பல கோவில்கட்கு இராஜசிம்மேஸ்வரம், " வித்யாவிநீத பல்லவேஸ்வரம், பரமேஸ்வர விண்ணகரம், சத்ருமல்லேஸ்வரம், மஹேந்திரவிஷ்ணுக்ருஹம், மஹேந்திரப்பள்ளி என்று தங்கள் பெயர்களை இட்டிருக்கிறார்கள். இவை அனைத்தும், அவர்கள் தமிழ் நாட்டை ஆண்டவர்கள் என்பதை உணர்த்துகின்றனவே தவிர, அவர்கள் யாவர்? எங்கிருந்து வந்தவர்? என்னும் கேள்விகட்கு விடை அளிப்பனவாக இல்லை. இதனால், ஆராய்ச்சி அறிஞர் பலவாறு முடிபு கூறி வருகின்றனர்.

பலவகைப்பட்ட கருத்துகள்

பல்லவர் - குறும்பர்

"தொண்டைநாட்டுப் பழங்குடிகள் ஆடு, மாடுகளை மேய்த்துக்கொண்டிருந்த குறும்பர் ஆவர். அவர்கள் பால் வாணிபம் செய்துவந்தவர்கள்; அதனால், 'பாலவர்' (பால்+ அவர்) எனப்பட்டனர்; அப்பெயர் நாளடைவிற் குறுகிப்

'பல்லவர்' என மாறியிருக்கலாம். எனவே, பல்லவர் தொண்டை நாட்டுக் குறும்பர் இனத்தவரே ஆவர்,'' என்பது ஒருசார் ஆராய்ச்சியாளர் கருத்தாகும்.[1]

பல்லவர்- (மணி) பல்லவர்

''யாழ்ப்பாணத் தீவுகளில் ஒன்றான காரைத்தீவு சங்க காலத்தில் மணிபல்லவம் எனப் பெயர் பெற்றிருந்தது. அக்காலத்தில் இலங்கையிலும் மணிபல்லவம் போன்ற தீவுகளிலும் நாகர் மரபினர் வாழ்ந்து வந்தனர். மணிமேகலை என்னும் காவியத்திற் கூறப்பட்ட நெடு முடிக்கிள்ளி என்ற சோழ அரசன் இந்த நாக மரபினர் மகளான 'பீலிவளை' என்பவளை மணந்தான். அவள் பெற்ற மைந்தனே அலைகளால் தள்ளப்பட்டுக் கரைசேர்ந்தவன். அம்மகன் தொண்டைக்கொடியால் சுற்றப்பட்டு அனுப்பப்பட்டதால் 'தொண்டையன்' எனப்பட்டான். அவன் (மணி) பல்லவத்திலிருந்து அனுப்பப்பட்டதால் 'பல்லவன்' எனப் பெயர் பெற்றான். அவன் வழிவந்தவர் 'பல்லவர்' எனப் பட்டனர். அவர் தம் அடையாள மாலை தொண்டை மாலை ஆகும். பல்லவருள் முதல் அரசன் சங்க நூல்களிற் குறிக்கப்பட்ட தொண்டைமான் இளந்திரையனே ஆவன்,'' என்பது மற்றொரு நூல் ஆராய்ச்சியாளர் கருத்து.[2]

பல்லவர் - யாழ்ப்பாணத்தவர்

''யாழ்ப்பாணம் என்பது இலங்கைத் தீவிற்கு வடக்கே உள்ள கூரிய நீண்ட நிலப்பகுதியாகும். அஃது இந்தியாவிலிருந்து இலங்கை நோக்கிச் செல்பவர்க்கு ஒரு 'போது' (போத்து - அரும்பு)போலக் காணப்படும். போது, போத்து, பல்லவம் என்பன ஒரு பொருட் சொற்கள். யாழ்ப்பாணம்-போது, போத்து, பல்லவம்' எனப்படின், அங்கிருப்பவர் 'போத்தர், பல்லவர்' எனப்படுவர் அல்லவா? ஆகவே, பல்லவர் என்ற பெயருடன் தமிழ்நாட்டை ஆண்டவர் யாழ்ப்பாணத்தவரே ஆவர்,'' என்பது பிறிதொருசார் ஆராய்ச்சியாளர் கருத்து.[3]

---

1 Rea-Pallava Architecture.

2 Rasanayagam - Ancient Jaffna.

3 Mysore gazetteer.

பல்லவர் - ஆந்திரர்

"வடபெண்ணை யாற்றுக்கு அப்பாற்பட்ட நாட்டை ஆந்திரப் பேரரசரான சாதவாஹன மரபினர் ஆண்டு வந்தனர். அவர்கள் கங்கை யாறுவரை பரவி இருந்து தங்கள் நாட்டைப் பல மாகாணங்களாக வகுத்து, ஒவ்வொரு மாகாணத்திற்கும் அதிகாரி ஒருவரை நியமித்தனர். அம்முறையில் கிருஷ்ணையாற்றுக்கும் வடபெண்ணை யாற்றுக்கும் இடைப்பட்ட மாகாணத்தைப் 'பல்லவர்' என்ற மரபினர் ஆண்டுவந்தனர். அவர்கள் ஆந்திரப் பேரரசு அழிந்த கி.பி. 3-ஆம் நூற்றாண்டில் தங்கள் மாகாணத்திற்குத் தாங்களே உரிமை பெற்ற அரசர்கள் ஆனார்கள். அவர்கள் தெற்கில் தங்கள் நாட்டை விரிவாக்க விரும்பிச் சோழர்க்குச் சொந்தமான தொண்டை நாட்டை ஏறத்தாழக் கி.பி.300- இல் கைப்பற்றினர். அவர் மரபினரே மஹேந்திரவர்மன்" முதலிய பிற்காலப் பல்லவர் ஆவர்,' என்பது வேறொருசார் ஆராய்ச்சியாளர் கருத்தாகும்.[1]

பல்லவர் - தமிழரே

"பல்லவர் தமிழர் அல்லர் என்று உறுதியாகக் கூறமுடியாது. ஒருவேளை அவர்கள் வெளிநாட்டிலிருந்து வந்தவராக இருப்பினும், அவர்கள் கூடியவரை தமிழர்களாகிவிட்டார்கள் என்று அறியவேண்டும். இங்கிலாந்தில் முதலாம் ஜார்ஜ் ஜெர்மானியராக இருந்தபோதிலும் அவரது மரபு ஆங்கிலத்திற் கலந்து ஆங்கிலமாகிவிடவில்லையா? அதுபோலவே, பல்லவரும் ஒருவேளை, வெளிநாட்டிலிருந்து புகுந்திருந்தபோதிலும் நாளடைவில் தமிழராகித் தமிழையே போற்றினார்கள். தமிழில் சைவ-வைணவ இலக்கியங்களும் சமய மேம்பாடுகளும் அவர்கள் காலத்திலேயே தோன்றி உயர்வடைந்தன. உண்மையில் அம்மன்னர்களுடைய தொடக்கமும் "தமிழ் மயமேயாகும். 'பல்லவர்' என்னும் சொல் தமிழ் அல்லவா? இப்பொழுதும் பல் நீண்டுள்ளவனைப் 'பல்லவன்' என்று பரிகசிப்பது இல்லையா? அம்மன்னரில் முதற் புருஷனுக்குப் பல் நீண்டிருக்கலாம். அச்சொல் அம்மரபினர்க்கே வந்திருக்கலாம். இத்தகைய எடுத்துக்காட்டு சரித்திரத்தில் வந்திருக்கிறது. கருநாடகத்தில் ஆறு விரல்கொண்ட

1 *Dr. S.K. Aiyangar Pallavas of Kanchi (by R. Gopalan).*

மன்னன் ஒருவனுக்கு அப்பெயர் நிலைத்தது. முடத்திருமாறன், கூன் பாண்டியன், நெடுமாறன் முதலிய பெயர்கள் அவ்வாறே ஏற்பட்டன.

மேலும், பல்லவர்கள் காடவர்' முதலிய பட்டங்களைக் கொண்டிருந்தார்கள். சான்றாக இன்றுள்ள 'கார் வேட் நகர்' என்னும் பெயரைக் காண்க. அதன் பழைய வடிவம் 'காடு வெட்டி நகரம்' என்பது. 'காடவர், காடு வெட்டி' முதலியன தமிழ்ப் பெயர்கள் அல்லவா? 'போத்தரையர்' என்பது அவர்களுடைய சிறப்புப் பெயராகும். 'போது' என்பது பல்லவருக்கும் எருமைக் கடாவிற்கும் கூறப்படும். இப்பொழுது தொண்டை நாட்டிலும் அதைச் சுற்றியுள்ள பகுதிகளிலும் 'போதராஜாக் கோவில்கள்' உண்டு. இவை பல்லவர்கால வழக்கு என்பதை அறியக்கூடும். இக்கோவில்களை, அரசமரபினராக உரிமை பாராட்டும் வன்னிய குலத்தார் ('நாயகர்' மரபினர்) போற்றி வருவதை அறிவோம். ஆகவே, பல்லவர்-தமிழ் நாட்டினர் என்று கொள்வதே தகுதி என்னலாம்," என்பது வேறொருசார் ஆராய்ச்சியாளர் கருத்தாகும்.[1]

பல்லவர் - ஆரியரே

"பாரசீகத்திலிருந்து இந்தியாமீது படையெடுத்து வந்த ஆரியர் பார்த்தியர், பஹ்லவர், க்ஷத்ரபர், சாகர் என்னும் பல பெயர்களை உடையவர். அவர்கள் சிந்து மாகாணம், கூர்ச்சரம், கங்கைச் சமவெளிகளில் பரவினர்.. ருத்ரதாமன் என்ற க்ஷத்ரப அரசனிடம் சுவிசாகன் என்ற பஹ்லவன் அமைச்சனாக இருந்தான்.கி.பி. முதல் நூற்றாண்டில் குஷானர் இந்தியாமீது படையெடுத்தனர். அதனால் வட இந்தியாவில் இருந்த ஷத்ரபர் டெக்கான் பீடபூமி நோக்கி வரலாயினர். அப்பொழுது டெக்கானில் சாதவாஹனர் மரபினரான மரபினரான தெலுங்கர் பேரரசு செலுத்திவந்தனர். அதனால் சாதவாஹனர்க்கும் க்ஷத்ரபர்க்கும் போர் நடந்தது. க்ஷத்ரபர் சௌராஷ்டிரம், பம்பாய் மாகாணத்தின் வடபகுதி, ஐதராபாத் சமஸ்தானத்தின் வடபகுதி ஆகியவற்றைக் கைப்பற்றி ஆளலாயினர். இதனால் சாதவாஹனப் பேரரசு எல்லையிற் சுருங்கிக் கோதாவரி, கிருஷ்ணை ஜில்லாக்கள் அளவிற்கு வந்துவிட்டது. இந்நிலைமை ஏறத்தாழக் கி.பி.

1 *C.M.R. Chettiar in 'Pallavar Varalaru' by M. Rajamanikkam.*

200-60 உண்டானதெனலாம். அதன் பின்னரே பஹ்லவருள் ஒருவனான வீர கூர்ச்சன் என்பவன் நாக அரசன் மகளை மணந்து நாட்டைப் பெற்று அரசாளத் தொடங்கினான். அவன் மரபினரே பிற்காலப் பல்லவர். இப் பல்லவர் முற்சொன்ன சுவிசாகன் என்ற அமைச்சனது மரபில் வந்தவர் ஆகலாம். பல்லவர் முதன்முதல் ஆண்ட பகுதி. கிருஷ்ணை ஜில்லாவின் தென்மேற்குப் பகுதி என்னலாம்.

1. பல்லவர் காஞ்சியைக் கைப்பற்றியது முதல் அவர்தம் பேரரசு வீழ்ச்சி அடையும்வரை அவர்கள் சாளுக்கியர், கதம்பர், சோழர், பாண்டியர், சேரர், களப்பிரர் முதலியவருடன் ஓயாது போரிடவேண்டியவர். ஆயினர். இப்போராட்டங்கள் பல்லவர் வெளி நாட்டார் என்பதைக் குறிக்கின்றன அல்லவா?

2. பல்லவர் முதல் அரசனான சிவஸ்கந்தவர்மன் வைத்துக்கொண்ட 'மஹாராஜாதிராஜன்' என்ற பட்டம் தென்னாட்டிற்கே புதியதாகும். அதனை இந்தியாவிற்குக் கொணர்ந்தவர் பார்த்தியரே ஆவர்.

3. பார்த்தியர் இந்தியர் அல்லர்; ஆயினும், இந்தியாவின் பல பகுதிகளில் தங்கி ஆளத்தொடங்கியது முதல் இந்திய முறைகள் எல்லாவற்றையும் கையாளத் தொடங்கினர். (1) அவர்கள் தங்கள் நாணயங்களில் கிரேக்க - வடமொழி எழுத்துகளை உபயோகித்தனர்; (2) நாணயங்கள் மீது கிரேக்கக் கடவுளர் உருவங்களையும் சிவன் உருவத்தையும் பொறித்தனர்; (3) க்ஷத்ரபர், மஹா க்ஷத்ரபர் என்ற பட்டங்களுடன் 'ராஜன்' என்ற இந்திய வார்த்தையையும் தங்கள் பெயர்களுடன் இணைத்துக் கொண்டனர்; (4) தங்கள் பெயர்களையும் இந்திய முறைக்கேற்ப ஜயதாமன், ருத்ர தாமன், ருத்ரசிம்மன், தாமசேனன் என்று மாற்றிக் கொண்டனர்; (5) 'சாமி' என்னும் பட்டத்தையும் வைத்துக்கொண்டனர்; (6) தமது நாணயங்களில் இந்திய நாட்டுப் பொருள்களாகிய யானை, நந்தி, பௌத்தர் கோவில் இவற்றைப் பொறித்தனர்; (7) தெலுங்கு நாட்டில் இருந்தபொழுது பௌத்த சமயத்திற் பற்றுக்கொண்டிருந்தனர்; (8) காஞ்சியில் இருந்த போது சைவ அல்லது வைணவப் பற்றுடன் விளங்கினர்; (9) ஆந்திர நாட்டில் இருந்தபொழுது

சாதவாஹனர் வெளியிட்ட பிராக்ருத மொழியிலேயே தங்கள் பட்டயங்களை வெளியிட்டனர்; காஞ்சியைக் கைப்பற்றித் தெற்கே வந்தவுடன் காஞ்சியில் சிறப்புற்றிருந்த வடமொழியில் பட்டயங்களை விடுக்கலாயினர்; *(10)* வடநாட்டுப் பார்த்திய அரசரைப் போலவே தென்னாட்டுப் பார்த்திய (பல்லவ) அரசரும் வைதிக மதத்தைச் சார்ந்து வேத வேள்விகள் செய்தனர்; *(11)* இவ்வாறு முற்றிலும் தங்களை இந்துக்களாக்கிக் கொள்ளவே, 'பஹ்லவர்' என்ற தமது மரபுப் பெயரையும் 'பல்லவர்' என எளிதாக -ஓர் எழுத்து மாற்றத்தால் மாற்றிக்கொண்டனர்; *(12)* இவர்கள் க்ஷத்திரியர்கள்; அங்ஙனம் இருந்தும் இவர்கள் தங்களைப் 'பாரத்வாஜ கோத்திரத்தார்' (பிராமணர்) என்றே தங்கள் பட்டயங்களிற் கூறிக்கொண்டது நோக்கத்தக்கது. 'இவர்கள் க்ஷத்திரியரே' என்று கதம்ப முதல் அரசனான மயூரசர்மன் என்ற பிராமணன் கூறியிருத்தல் கவனிக்கத்தக்கது.

4. பார்த்தியர் நாணயங்களிற் காணப்படும் சூரியன், சந்திரன் உருவங்கள் பல்லவர் நாணயங்களிலும் காண்கின்றன.

5. பல்லவ அரசனான சிம்மவிஷ்ணுவின் ஆசனம் இந்தியாவிற்கே புதியது. அது பாரசீகநாட்டுப் பழைய ஆசனங்களைப் போன்றது.

இத்தகைய பல சான்றுகளை நோக்கப் 'பல்லவர்- பஹ்லவர் என்று உறுதியாகக் கூறலாம்,'' என்பது ஹீராஸ் பாதிரியார் கருத்தாகும்.[1]

இவ்வாறு பலர் பல கருத்துகளை வெளியிட்டுள்ளனர். உண்மை எது என்பது உறுதிப்படவில்லை. ஆதலின், இக்கருத்துகளை உளங்கொண்டு, இனி அடுத்துவரும் பிரிவுகளைக் காண்போம்.

---

1 *Journal of the University of Bombay, Vol.4, part 4 (1936).*

2. கி.பி. 600-க்கு முற்பட்ட பல்லவர்

(கி.பி. 300-600)

முதற்காலப் பல்லவர் (கி.பி.300-340)

பிராக்ருத மொழிகளில் தங்கள் பட்டயங்களை வெளியிட்ட பல்லவர் முதற்காலப் பல்லவர் ஆவர். இவர்கள் பட்டயங்களைக் கொண்டு முதற்காலப் பல்லவர் பெயர்கள் கீழ்வருவன என்று கூறலாம்.

சிவஸ்கந்தவர்மன் தந்தை

↓

சிவஸ்கந்தவர்மன்

↓

ஸ்கந்தவர்

↓

விஜயஸ்கந்தவர்மன்

↓

இளவரசன் புத்தவர்மன்

↓

புத்யங்குரன்.

சிவ ஸ்கந்தவர்மன்

இவன் தன் தந்தையின் காலத்தில் இளவரசனாகக் காஞ்சியில் இருந்து, பல்லாரி ஜில்லாவில் உள்ள 'விரிபரம்' என்ற கிராமத்தை மறையவர் இருவர்க்குத் தானமாக விட்டான். இச்செய்தியைக் கூறுவதே 'மயிதவோலுப் பட்டயம்' என்ற முதல் பிராக்ருதப் பட்டயமாகும். அப்பொழுது இவன் தந்தை பல்லவ மஹாராஜன் என்பதும், இவன் இள மஹாராஜன் என்பதும், இவனது நாடு வடக்கே துங்கபத்திரையாறுவரை

பரவி இருந்தது என்பதும், இவன் காஞ்சியிலிருந்து இப் பட்டயம் விடுத்ததால் இவன், புதிதாகப் பல்லவ அரசன் வென்ற தொண்டை நாட்டை இளவரசனாக இருந்து ஆண்டுவந்தான் என்பதும் இப்பட்டயத்தால் ஊகிக்கத் தக்க செய்திகள் ஆகும்.

மஹா ராஜாதிராஜன்

இவன் பட்டம் பெற்ற எட்டாம் ஆண்டில் விடப்பட்ட பட்டயம் 'ஹிரஹதகல்லிப் பட்டயம்' என்பது. ஹிரஹதகல்லி பல்லாரி ஜில்லாவில் உள்ள சிற்றூர் ஆகும். தானமாக விடப்பட்ட கிராமத்தோட்டம் சாதவாஹன ராஷ்டிரத்தில் உள்ளது. சாதவாஹனர்க்குச் சொந்தமாக இருந்த நாட்டில் உள்ள ஊர்த் தோட்டத்தைப் பல்லவன் தானம் கொடுத்தான் எனின், சாதவாஹன ராஷ்டிரம் பல்லவன் ஆட்சிக்கு மாறிவிட்டது என்பது தெளிவாகத் தெரிகிறதன்றோ? இதனால், சிவஸ்கந்தவர்மன் வடக்கே தனது நாட்டை விரிவாக்கியிருத்தல் வேண்டும் என்பது தெரிகிறது. இப்பட்டயத்தில் சிவஸ்கந்தவர்மன் தன்னைத் தர்ம-மஹா ராஜாதிராஜன் என்று குறித்திருக்கிறான். இதனால், இவன் அரசர் பலரை வென்று பல்லவ நாட்டை விரிவாக்கினவன் என்பது புலனாகும். இவன் அக்நிஷ் டோமம், வாஜபேயம், அஸ்வமேதம் என்ற பெரு வேள்விகளைச் செய்தவன் என்று இப்பட்டயம் கூறுகின்றது. இவற்றுள் அக்நிஷ்டோமம் என்பது வசந்த காலத்தில் பலநாள் தொடர்ந்து செய்யப்படும் வேள்வியாகும்; வாஜபேயம் என்பது உயர்ந்த அரச நிலை. எய்தற்பொருட்டுச் செய்யப்படும் வேள்வியாகும்; அஸ்வமேதம் என்பது பேரரசன் என்பதைப் பிற அரசர் பலரும் ஒப்புக்கொண்ட மைக்கு அறிகுறியாகச் செய்யப்படும் பெரு வேள்வியாகும். சிவஸ்கந்தவர்மன் இவை மூன்றையும் வெற்றிகரமாகச் செய்து, அறநெறி பிறழாமல் நாட்டை ஆண்டு, தானும் நேரிய வாழ்க்கை வாழ்ந்தமையாற்போலும் தன்னைத் 'தர்ம-மஹா ராஜாதிராஜன் என்று அழைத்துக் கொண்டான்!

நாட்டுப் பிரிவுகள்

சிவஸ்கந்தவர்மன் காலம் ஏறத்தாழக் கி.பி. 300-325 என்னலாம். அக்காலத்தில் வேங்கடத்திற்கு அப்பாற்பட்ட தெலுங்கு நாடு பல ராஷ்டிரங்களாக (மாகாணங்களாகப் பிரிக்கப்பட்டிருந்தது என்பது

மேற்சொன்ன பட்டயங்களிலிருந்து தெரிகிறது. அவை முண்ட ராஷ்டிரம், வெங்கோ (வேங்கி) ராஷ்டிரம், சாதவாஹன ராஷ்டிரம் முதலியனவாகும். இராஷ்டிரங்கள் பல விஷயங்களாகப் (கோட்டம் அல்லது ஜில்லா) பிரிக்கப்பட்டிருந்தன. தொண்டை நாடு பல்லவர்க்கு முற்பட்ட சோழர் காலத்தில் இருந்தவாறே இருபத்துநான்கு கோட்டங்களாகப் பிரிக்கப் பட்டிருந்தன. மாகாணத் தலைவர்களும் பிற அரசியல் உத்யோகஸ்தர்களும் இருந்தார்கள்.

விஜய ஸ்கந்தவர்மன்

இவன் விஜய ஸ்கந்தவர்ம மஹாராஜன் என்று கூறப்பட்டவன். இவன் ஆட்சிக்காலத்தில் இளவரசனாக இருந்தவன் புத்தவர்மன் என்பவன். அவன் மனைவி பெயர் சாருதேவி என்பது; மகன் பெயர் புத்யங்குரன் என்பது. இச்சாருதேவி என்பவள் தெலுங்க நாட்டில் தாலூராக் கிராமத்தில் உள்ள பெருமாள் கோவிலுக்கு நிலதானம் செய்தனள். அதனைத் தெரிவிப்பதே 'குணப தேயப் பட்டயம்' என்பது.

இம்மூன்று பட்டயச் செய்திகளைத் தவிர இப்பல்லவரைப் பற்றிக் கூறத்தக்க வேறு சான்றுகள் இல்லை. ஆதலால் இவர்களது அரச முறை-வரலாறு இன்ன பிறவும் முறையாகக் கூறமுடியவில்லை.

இடைக்காலப் பல்லவர்

(கி.பி. 340-600)

இக்காலப் பல்லவர் தங்கள் பட்டயங்களை வடமொழியில் வெளியிட்டனர். இவர்களுக்கும் முன் சொன்ன பல்லவர்க்கும் என்ன உறவு என்பது தெரியவில்லை. இவர்கள் வெளியிட்ட பட்டயங்களைக் கொண்டு கீழ்வரும் பெயர்களையுடையவர் இக்காலத்தவராகக் கூறலாம்.

குமார விஷ்ணு I
↓
ஸ்கந்தவர்மன் 1
↓
வீரகூர்ச்சவர்மன்
↓
ஸ்கந்தவர்மன் II
↓
(இவன் மக்கள் மூவர்)
↓

சிம்மவர்மன் 1	இளவரசன் விஷ்ணுகோபன்	குமாரவிஷ்ணு II
↓	↓	↓
ஸ்கந்தவர்மன் III	சிம்மவர்மன் II	புத்தவர்மன்
↓	↓	↓
நந்திவர்மன் 1↓	விஷ்ணுகோபவர்மன்	குமாரவிஷ்ணு III
	↓	
	சிம்மவர்மன் III	
	↓	
	சிம்மவிஷ்ணு (இவன் தம்பி பீமவர்மன்)	

சுற்றுப்புற நாடுகள்

இக்காலப் பல்லவர் ஓயாத போர்களில் ஈடுபட்டனர். அவர்கள் யாருடன் இங்ஙனம் ஓய்வின்றிப் போரிட்டனர்? பல்லவ நாட்டைச் சுற்றியிருந்த பல நாட்டரசருடன் போர் செய்தனர். அவ்வாறு பல்லவ நாட்டைச் சுற்றியிருந்த நாடுகள் எவை?

சாலங்காயனர்: கோதாவரி, கிருஷ்ணை ஆறுகட்கு இடையில் உள்ள நாட்டின் பெயர் வேங்கை (வேங்கி) நாடு என்பது. அதனைச் சாலங்காயனர் என்ற அரச மரபினர் (கி.பி. 320-600) ஆண்டுவந்தனர்.

இக்ஷ்வாகர்: குண்டூர், கிருஷ்ணா ஜில்லாக்களை இவாகர் என்பவர் ஆண்டுவந்தனர்; பிறகு அதனைப் பல்லவர்

கைப்பற்றின பின்னர் அதனை ஆனந்தர் என்ற மரபினர் கைப்பற்றி (கி.பி. 500-600) ஆண்டனர்.

கதம்பர்: கிருஷ்ணை, துங்கபத்திரை ஆறுகட்கு இடைப்பட்ட நாடு கதம்ப நாடு ஆகும். அதன் தலைநகரம் வனவாசி என்பது. இம்மரபின் முதல் அரசன் மயூரசர்மன் என்ற மறையவன். அவன் பல்லவர்க்குக் கொடிய பகைவன். அவன் காஞ்சியில் இருந்த வடமொழிக் கல்லூரிக்குப் படிக்கச் சென்று, பல்லவன்பால் வெறுப்புற்று, இந்நாட்டைத் தோற்றுவித்தான்; பல்லவர்க்குப் பல தொல்லைகளை விளைவித்தான். அவன் மரபினர் பல்லவரைப் பகைவராகக் கருதியே போரிட்டு வந்தனர். இக்கதம்பர் ஆட்சி ஏறக்குறைய இரண்டரை (கி.பி.350-600) நூற்றாண்டுகள் இருந்தது என்னலாம்.

கங்கர்: இவர்கள் காவிரிக்குத் தெற்கே குடகு நாட்டையும் மைசூரின் ஒரு பகுதியையும் ஆண்டுவந்தவர். இவர்கள் பல்லவர்க்கு நண்பராகவே இருந்து வந்தனர்.

தமிழ் அரசர்

பல்லவர் தொண்டை நாட்டைக் கைப்பற்றிய பொழுது திருப்பதி, காளத்தி முதலிய மலைப்பகுதிகளில் வாழ்ந்த களப்பிரர் மரபினர் தெற்கு நோக்கிச் சென்று சோழ, பாண்டிய நாடுகளைக் கைப்பற்றி ஆளலாயினர்; அங்கு. நிலையாக இருந்த சோழ, பாண்டியர் இக்களப்பிரருடன் போரிட்டனர். இவரனைவரும் சேர்ந்தும் சேராமலும் இடைக்காலப் பல்லவர்க்குத் தொல்லை கொடுத்து வந்தனர்.

பல்லவர்-தமிழர் போர்

இடைக்காலப் பல்லவ அரசர் பலர் காஞ்சியில் இருந்து பட்டயங்கள் விடுக்கவில்லை; அவர்கள் நெல்லூர், கடப்பை ஜில்லாக்களில் இருந்தே காலங்கழித்தனர். அவர்களில் இரண்டாம் ஸ்கந்தவர்மன் காஞ்சியைக் கைப்பற்றியதாகக் கூறிக்கொள்கிறான். ஆனால், அவனுக்குப்பின் காஞ்சி மீட்டும் பல்லவர் கையிலிருந்து நழுவி விட்டது. அதனைப் பின் சிம்மவிஷ்ணு என்பவன் ஏறத்தாழக் கி.பி. 575-இல் மீளவும் கைப்பற்றினான். இக்குறிப்புகளை நோக்கக்

காஞ்சி உள்ளிட்ட தொண்டை நாடு இந்த இடைக்காலப் பல்லவர் காலத்தில், தெற்கே இருந்த களப்பிரர்-சோழர் கைகட்கு அடிக்கடி மாறிக்கொண்டிருந்தது என்னலாம். கி.பி. ஐந்தாம் நூற்றாண்டில் புத்தவர்மன் என்பவன் கடல்போன்ற சோழர் படையுடன் போரிட்டான் என்று பல்லவர் பட்டயம் பகர்கின்றது. சிம்மவிஷ்ணு சோழர், களப்பிரர், பாண்டியர் இவர்களுடன் போர் செய்தான் என்று பல்லவர் பட்டயம் சான்று பகர்கின்றது. இவற்றால், தெற்கே தமிழரசர். பல்லவர்க்கு ஓயாத் தொல்லைகள் கொடுத்து வந்தனர் என்பதை அறியலாம்.

பல்லவர்- கதம்பர் போர்

கதம்பர் தமக்குத் தெற்கே இருந்த கங்க நாட்டைக் கைப்பற்றப் பலமுறை முயன்றனர். கங்கர், பல்லவர் துணையை நாடினர். பல்லவ அரசர் படைகளுடன் சென்று கங்கருடன் கலந்து கதம்பரை வென்றனர். இங்ஙனம் பல்லவர்க்கும் கதம்பர்க்கும் நடந்த போர்கள் பலவாகும்.

சாளுக்கியர்

ஏறத்தாழக் கி.பி. ஆறாம் நூற்றாண்டின் தொடக்கத்தில் கதம்ப நாட்டிற்கு வடக்கே சாளுக்கியர் என்னும் மரபினர் தோன்றினர். அவருள் முதல் அரசன் விஜயாதித்தன் என்பவன். அவன் தலைநகரம் வாதாபி என்பது. விஜயாதித்தன், அவன் மகனான ஜயசிம்மன், அவன் மகனான இரணதீரன், அவன் மைந்தனான முதலாம் புலிகேசி ஆகியோர் அனைவரும் இவ்விடைக்காலப் பல்லவருடன் போரிட்டவண்ணம் இருந்தனர்.

குழப்பமான காலம்

இவ்வாறு பல்லவர் தெற்கே சோழர், களப்பிரரிடத்தும்; வடக்கே ஆனந்தர், இக்ஷ்வாகரிடத்தும்; வடமேற்கில் கதம்பர், சாளுக்கியரிடத்தும் ஓயாது போரிட வேண்டியவர் ஆயினர்; அதனால், பல சமயங்களில் தொண்டை நாட்டை இழந்தனர்; பெருந்துன்பப்பட்டனர்; போர்முனைகளிலேயே தம் வாழ்நாட்களைக் கழித்தனர். இந்நிலைமையில் அவர்கள் விட்ட பட்டயங்களைக் கொண்டு அவர்களது அரசமுறை, அரசியல் முதலிய செய்திகளைக் கூறக்கூடவில்லை.

பல்லவப் பெருநாடு
(கி.பி.600-668)

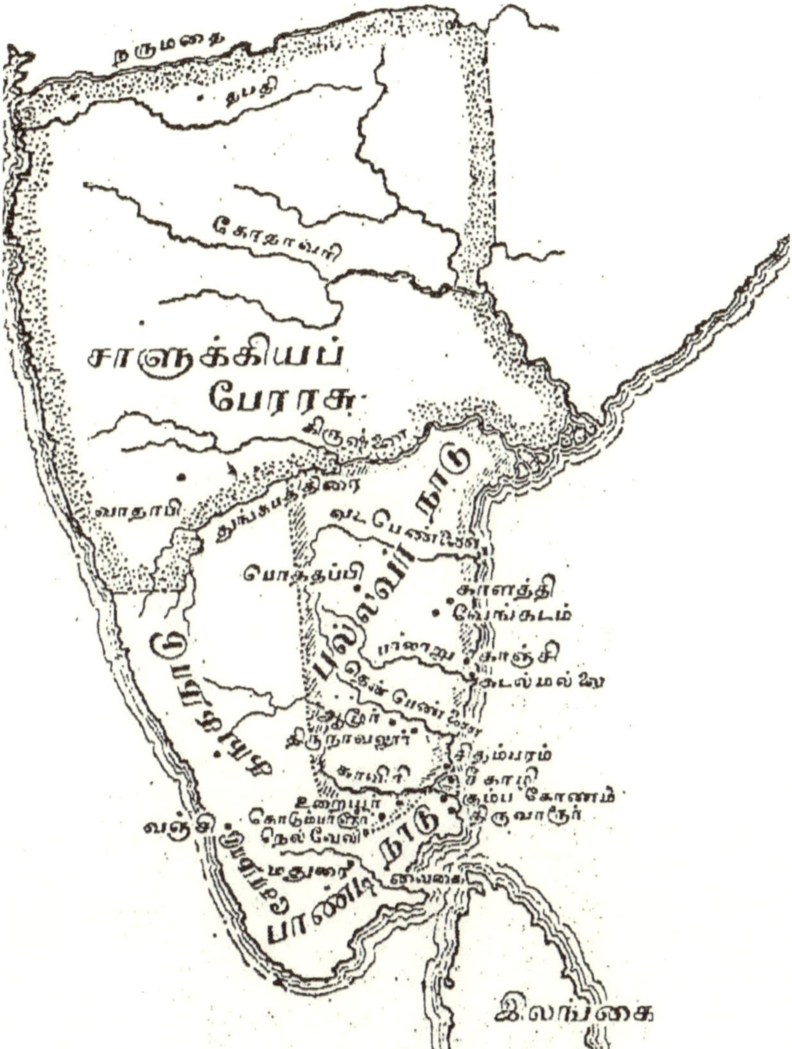

குழப்பகால முடிவு

இக்குழப்பமான நிலைமை சிம்மவிஷ்ணு என்ற பல்லவ அரசன் காலமுதல் மறைந்துவிட்டது. அவன் காலம் முதல் பல்லவர் வரலாற்றில் தெளிவு ஏற்பட்டுவிட்டது. பல்லவர் ஆட்சியும் காஞ்சியில் நிலைபெற்றுவிட்டது. பல்லவர் ஒரு பெருநாட்டைக் கட்டியாளத் தொடங்கினர்.

3. மஹேந்திரவர்மன்

(கி.பி.600-630)

சிம்மவிஷ்ணு

இவன் இடைக்காலப் பல்லவருள் இறுதி அரசன்; மூன்றாம் சிம்மவர்மன் மகன். இவனுக்குப் பீமவர்மன் என்ற தம்பி இருந்தான். அவன் ஆந்திரப் பகுதியை இவனுக்கு அடங்கி ஆண்டுவந்தனன் போலும்! "சிம்மவிஷ்ணு 'பல்லவகுலம்' என்ற உலகினைத் தாங்கும் குலமலை போன்றவன்" என்று இவன் மகனான மஹேந்திரவர்மன் கூறியுள்ளான். இதனால் இவனது பெருவீரம் ஒருவாறு உணரலாம். மேலும் மஹேந்திரவர்மன் தன் தந்தையைப் பற்றிக் கூறுகையில், 'அவன் அனுபவிக்கத்தக்க பொருள்கள் எல்லா வற்றையும் உடையவன் (போகபாக்கியங்களில் குறைவில்லாதவன்); பல நாடுகளை வென்றவன்; வீரத்தில் இந்திரனைப் போன்றவன்; செல்வத்தில் குபேரனை நிகர்த்தவன். அவன் அரசர்க்கு அரசன்' என்று குறித்துள்ளான்.

இவனுடைய போர்ச் செயல்கள்

"சிம்மவிஷ்ணுவின் புகழ் உலகெலாம் பரவியுள்ளது. இவன் காவிரி பாயப்பெற்ற செழிப்புள்ள சோழ நாட்டைச் சோழரிடமிருந்து கைப்பாற்றினான்" என்று பல்லவர் பட்டயம் ஒன்று பகர்கின்றது. மற்றொரு பட்டயம், "..பிறகு இவ்வுலகில் சிங்கம் போன்ற சிம்மவிஷ்ணு தோன்றினான். அவன் பகைவரை அழிப்பதில் பெயர் பெற்றவன். அவ்வீரன் களப்பிரர், மழவர், சோழர், பாண்டியர் ஆகியவரை வெற்றி கொண்டான்" என்று கூறுகிறது. அவந்தி சுந்தரி கதாசாரம் என்ற வடமொழி நூல், "பல்லவர் மரபில் சிம்ம விஷ்ணு என்பவன் தோன்றினான். அவன் காஞ்சியிலிருந்து இறுதிப் பகைமையை

அறவே நீக்கினான். அவன், தன் வீரத்தாலும் ஆண்மையாலும் பகை அரசர்களுடைய பொருள்களைத் தனக்கு உரிமையாகக் கொண்டான்,'' என்று கூறுகின்றது.

இவை அனைத்தையும் ஒன்றுசேர்த்து ஆராயின், சிம்மவிஷ்ணு களப்பிரர், மழவர், சோழர், பாண்டியர்களுடன் போரிட்டான்; அவர்களை வென்றான்; காஞ்சியைக் கைப்பற்றினான்; பல்லவ நாட்டைத் தெற்கே விரிவாக்கினான் என்பன அறியலாம். இவன் மகனான மஹேந்திரவர்மன் ஆட்சி தஞ்சாவூர், திருச்சிராப்பள்ளி ஜில்லாக்களிலும் புதுக்கோட்டைச் சீமையிலும் பரவி இருந்தது. ஆனால், அப்பகுதிகளை மஹேந்திரன் தன் காலத்திற் கைப்பற்றினான் என்று கூறமுடியாது. ஆதலால், அப்பகுதிகள் சிம்மவிஷ்ணு காலத்திலேயே பல்லவர் ஆட்சிக்கு உட்பட்டனவாதல் வேண்டும். அவ்வாறு அப்பகுதிகள்வரை இவன் கைப்பற்றியதாற்றான் சிம்மவிஷ்ணு மழவருடனும் பாண்டியருடனும் போரிட வேண்டியவன் ஆயினன்.

சிம்மவிஷ்ணு காலத்தில் சோழநாட்டின் வடபகுதியையும் தொண்டை நாட்டின் தென் பகுதியையும் களப்பிரர் ஆண்டுவந்தனர். உறையூர்வரை இருந்த சோணாட்டுப் பகுதியைச் சோழர் ஆண்டனர். திருச்சிராப்பள்ளி சேலம் ஜில்லாக்களிலுள்ள கொல்லிமலைப் பகுதியை மழவர் ஆண்டுவந்தனர். இவர்கள் நாடுகள் பல்லவர் கைப்படுமாயின், தனது நாட்டிற்கும் ஆபத்து உண்டாகலாம். என்று கருதியே பாண்டியன் சிம்மவிஷ்ணுவைத் தாக்கினன். எனினும், சிம்மவிஷ்ணு வெற்றிபெற்றான். பல்லவநாடு புதுக்கோட்டைச் சீமைவரை பரவிவிட்டது. புதுக் கோட்டைச் சீமையை ஆண்டுவந்த கொடும்பாளூர்ச் சிற்றரசர்கள் பல்லவர்க்கு அடங்கியவர் ஆயினர்.

சதுர்வேதி மங்கலங்கள்

சிம்மவிஷ்ணு தன் பெயரால், நான்கு வேதங்களிலும் வல்ல மறையவர்க்குச் சிற்றூர்கள் பலவற்றைத் தானமாக அளித்தான். அவை 'சிம்மவிஷ்ணு சதுர்வேதி மங்கலங்கள்' எனப்பெயர் பெற்றன. இப்பெயர், திருவொற்றியூரை அடுத்த மணலி என்னும் சிற்றூர்க்கு இருந்ததாகத் தெரிகிறது. வட ஆர்க்காடு ஜில்லாவில் சீயமங்கலம் என்று வழங்கும் கிராமம், பழைய

காலத்தில் 'சிம்மவிஷ்ணு சதுர்வேதி மங்கலம்' என்று பெயர் பெற்றிருந்தது. கும்பகோணத்தை அடுத்த கஞ்சனூர் இம்மாதிரிப் பெயர் பெற்றிருந்தது.

வைணவன்

'சிம்மவிஷ்ணு' என்ற பெயரைக்கொண்டே இவன் வைணவன் என்பதை எளிதில் உணரலாம். "பக்தி-

ஆராதித விஷ்ணு சிம்மவிஷ்ணு" என்று பல்லவர் பட்டயம் இவனைக் குறிக்கிறது. இதனால் இவன் பரம பாகவதன் என்பதை அறியலாம். மஹாமல்லபுரத்தில் உள்ள ஆதிவராகர் கோவில் இவன் கட்டியதாகும் என்று பலர் கருதுகின்றனர்.

ஆதிவராகர் கோவில்

இது மஹாமல்லபுரத்தில் இருக்கின்றது. இக்கோவிலில் ஆசனம் ஒன்றில் அமர்ந்தவண்ணம் ஓர் உருவச்சிலை காண்கின்றது. அதன் மேல் 'ஸ்ரீ சிம்மவிஷ்ணு போதாதிராஜன்' என்பது பொறிக்கப் பட்டுள்ளது. அவ்வுருவத்தின் தலைமீது உயர்ந்த கிரீடம் காணப்படுகிறது. மார்பிலும் கழுத்திலும் பலவகை மாலைகள் 'காண்கின்றன. அவ்வுருவத்தின் இரு புறங்களிலும் இரண்டு பெண்மணிகளைக் குறிக்கும் உருவச் சிலைகள் இருக்கின்றன. அவற்றின் தலைகள்மீது முடிகள் காணப்படுகின்றன. அவை சிம்மவிஷ்ணுவின் மனைவியரைக் குறிப்பனவாகும். அவ்வுருவங்கட்கு நேர் எதிர்ப்புறச் சுவரில் 'ஸ்ரீமஹேந்திர போதாதிராஜன்' என்பது எழுதப்பட்டுள்ளது. அதன் அடியில், முடி அணிந்த மஹேந்திரன் நிற்கின்ற நிலையில் ஓர் உருவம் செதுக்கப்பட்டுள்ளது. அவ்வுருவம் பல அணிகளை அணிந்துள்ளது. அதன் வலக்கை, கோவிலின் உட்புறத்தைச் சுட்டிக் காட்டுகிறது. இடக்கை, முதல் அரசியின் வலக்கையைப் பிடித்தபடி உள்ளது. மஹேந்திரன் மனைவியர் இருவர் உருவங்களும் நின்ற கோலத்தில் காணப்படுகின்றன.

'சிம்மவிஷ்ணு தன் நினைவு இருத்தற்காகத் தன் சிலையையும் தேவியர் சிலைகளையும் ஆதிவராகர் கோவிலில் அமைத்திருக்கலாம். அவனது ஆட்சிக் காலத்தில் இளவரசனாக இருந்த மஹேந்திரவர்மன் தந்தையுடன் அக்கோவிலுக்குச்

சென்றிருக்கலாம். அந்நிலைமையை உணர்த்தவே அவனுடைய சிலையும் அவன் தேவியர் சிலைகளும் அங்கு அமைக்கப்பட்டன' என்பது அறிஞர் கருத்து.

வடமொழிப் புலவர் தாமோதரர்

சிம்மவிஷ்ணு சிறந்த வடமொழிப் புலவன் ஆவன். அவன் காலத்தில் கங்க நாட்டைத் துர்விநீதன் என்பவன் ஆண்டுவந்தான். அதே சமயத்தில் கோதாவரிக்கும் கிருஷ்ணைக்கும் இடைப்பட்ட வேங்கை நாட்டைக் கீழைச் சாளுக்கிய முதல் அரசனான விஷ்ணுவர்த்தனன் என்பவன் அரசாண்டுவந்தான். அவன் வேங்கை நாட்டை ஆளத்தொடங்கிய காலம் ஏறத்தாழ கி.பி.614 ஆகும். அந்த விஷ்ணுவர்த்தனன் அவையில் சிறந்த புலவராகவும் அவனது நண்பராகவும் இருந்தவர் தாமோதரர் என்ற வடமொழிப் புலவர் ஆவர். அவரது மறு பெயர் 'பாரவி' என்பது. அவர், கங்க அரசனான துர்விநீதன் சிறந்த வடமொழிப் புலவன் என்புதைக் கேள்வியுற்று அவனிடம் சென்றார்; துர்விநீதன் அவரை வரவேற்று அவரைத் தன் நண்பராகக் கொண்டு மகிழ்ந்தான்.

சிம்மவிஷ்ணு அவைக்களம்

ஒருநாள் வடமொழியாளன் ஒருவன் சிம்மவிஷ்ணு அவைக்களத்திற்கு வந்து நரசிம்ம அவதாரத்தைப் பற்றிய பெருமாள் துதி ஒன்றைப் பாடினான். அப்பாடல் சொற்சுவை - பொருட்சுவைப் பொலிவுடன் விளங்கியது. அதனை அனுபவித்து மகிழ்ந்த சிம்மவிஷ்ணு; "இதனைப் பாடிய புலவர் யாவர்?" எனக் கேட்டான். உடனே அந்த வடமொழியாளன், "ஐயனே, வடக்கே ஆரியநாட்டு அனந்தபுரத்தில் கௌசிக மரபில் நாராயணசாமி என்று ஒருவர் இருந்தார். அவருக்குத் தாமோதரர் என்ற புத்திரர் பிறந்தார். அவர் சிறந்த வடமொழிப் புலவராகிப் பாரவி எனப் பெயர் பெற்றார். அவர் கீழைச்சாளுக்கிய நாட்டு அரசனான விஷ்ணுவர்த்தனனுக்கு நண்பரானார்; ஒருநாள் அவனுடன் காடு சென்றார். அரசன் வேட்டையாடிய விலங்கின் இறைச்சியைத் தின்றான்; தன்னுடன் வந்த புலவரையும் தூண்டித் தின்னச் செய்தான். 'புலவர் அப்பாவத்தைப் போக்கப் பல இடங்கட்கு யாத்திரை சென்றார்; இறுதியில் துர்விநீதன்

அவையை அடைந்து அங்கு இருந்து வருகின்றார். அவர் பாடிய பாடலையே நான் தங்கள்முன் பாடினேன்' என்றான்.

காஞ்சியில் பாரவி

சிம்மவிஷ்ணு பாரவியை யைத்தன் அவையில் வைத்திருக்க விரும்பினான்; அதனால் துர்விநீதனுக்குப் பாரவியைத் தன்னிடம் அனுப்புமாறு வேண்டுகோள் விடுத்தான். பாரவியும் காஞ்சியை அடைந்தார்; பல்லவன் அவையை அலங்கரித்தார்; அர்ச்சுனன் தவம் செய்த பொழுது சிவபிரான் வேடவடிவிற் சென்று அவனுடன் பொய்யாகப் போரிட்டு அவனுக்குக் காட்சியளித்த வரலாற்றை ஒரு நூலாக வடமொழியிற் பாடினார். அதன் பெயர் 'கிராதார்ச்சுனீயம்' என்பது.

மஹேந்திரவர்மன்

சிம்மவிஷ்ணு மகனான மஹேந்திரவர்மன் இளமைப் பருவத்தில் காஞ்சியில் இருந்த சிறந்த வடமொழிப் புலவர்களிடம் கல்வி கற்றான்; பாரவி காஞ்சிக்கு வந்த பிறகு அவரிடமும் சில நூல்களைப் படித்திருக்கலாம். இவன் வடமொழியில் நல்ல புலமை பெற்றிருந்தான்; தமிழிலும் ஓரளவு பயிற்சி பெற்றிருந்தான் என்று கூறலாம். இவன் தந்தையுடன் இருந்து பெருநாட்டின் அரசியலைக் கவனித்து வந்ததால், இளவரசனாக இருந்த பொழுதே அரசியல் அறிவு சிறக்கப் பெற்றிருந்தான். இவனது தந்தை ஏறத்தாழ கி.பி. 615 வரை அரசனாக இருந்தான் என்பதால், இவனது ஆட்சி ஏறக்குறைய கி.பி. 615இல் தொடங்கி 635இல் முடிவுற்றிருக்கலாம் என்று அறிஞர் கருதுகின்றனர். இவன் பட்டம் பெறும்பொழுது ஏறத்தாழ முப்பத்தைந்து அல்லது நாற்பது வயதுடையவனாக இருந்தான் என்று சொல்லலாம்.

பட்டப் பெயர்கள்

இவனுடைய விருதுப் பெயர்கள் பலவாகும். அவை தமிழிலும் தெலுங்கிலும் வடமொழியிலும் இருந்தன. அவற்றுள் சில - குணபரன், விசித்திரசித்தன்,[1] சேத்தகாரி,[2] அவனிபாஜனன்,

1 சிற்ப-ஓவியக் கலைஞன்.

2 கோவில்கள் அமைப்பவன்.

லளிதாங்குரன், புருஷோத்தமன், சத்தியசந்தன், நரேந்திரன், போத்தரையன், சத்ருமல்லன், பகாப்பிடுகுநயபரன்,[1] விக்கிரமன், கலகப்பிரியன், மத்தவிலாசன், அநித்யராகன்,[2] சங்கீர்ணஜாதி,[3] நரவாஹனன், உதாரசித்தன், பிரகிருதிப்பிரியன், அலுப்தகாமன் என்பனவாகும்.

பேரரசு

இவனுக்குத் தெலுங்கில் பல விருதுப்பெயர்கள் இருத்தலும், குண்டூர் ஜில்லாவில் இவனது கல்வெட்டு காணப்படுதலையும் நோக்க, இவனது பேரரசு வடக்கே கிருஷ்ணையாறுவரை பரவி இருந்தது என்பதறியலாம். நாரத்தாமலை, குடுமியான் மலை, திருமெய்யம் முதலிய புதுக்கோட்டையைச் சார்ந்த மலைகளில் இவனுடைய கல்வெட்டுகள் இருத்தலால், தெற்கே புதுக்கோட்டைச் சீமை முடிய இவனது ஆட்சி சென்றிருந்தது என்பது தெரிகிறது. எனவே, பல்லவப் பெருநாடு வடக்கே கிருஷ்ணையாறு முதல் தெற்கே புதுக்கோட்டைச் சீமை முடிய இருந்தது என்னலாம்.

குடும்பம்

இவனுக்கு மனைவியர் இருவர் என்பது மஹாபலிபுரத்து ஆதிவராகர் கோவில் உருவச்சிலைகள் கொண்டு கூறலாம். இவன் செல்வமைந்தன் நரசிம்மவர்மன் என்பவன்.

---

1 பகைவர் மீது இடிபோலப் பாய்பவன்.

2 நடன - இசைக்கலைகளில் அறிஞன்.

3 'சங்கீர்ணம்' என்னும் தாள வகையைப் புதியதாகக் கண்டு பிடித்தவன்.

4. போர்ச் செயல்கள்

சுற்றுப்புற நாடுகள்

மேலைச் சாளுக்கியர்

சிம்மவிஷ்ணு பல்லவ அரசனாக இருக்கையில், கி.பி* 610-இல் இரண்டாம் புலிகேசி என்பவன் சாளுக்கியப் பேரரசன் ஆனான். அவன் தன் பெரு நாட்டிற்குத் தெற்கே இருந்த கதம்பர், கங்கர் என்போரையும் கிழக்கே இருந்த சாலங்காயனரையும் வென்றான்; கோதாவரிக்கும் கிருஷ்ணைக்கும் இடைப்பட்ட வேங்கைநாட்டை வென்று, அங்குத் தன் தம்பியான விஷ்ணுவர்த்தனனை அரசன் ஆக்கினான்.

இந்த விஷ்ணுவர்த்தனனை அரசன் ஆக்கினான். இந்த விஷ்ணுவர்த்தனனே கீழைச் சாளுக்கிய முதல் அரசன் ஆவன். இவன் கி.பி. 614-ல் அரசன் ஆனான். இவன் மரபினரே கீழைச் சாளுக்கியர் எனப்பட்டனர்.

கங்கர்

இவர்கள் முன் சொன்னவாறு காவிரிக்குத் தெற்கே குடகுமலை நாட்டை ஆண்டவர்கள். இவர் தலைநகரம் தழைக்காடு என்பது. இவர்களுள் சிம்மவிஷ்ணு காலத்து அரசன் துர்விநீதன் என்பவன்.

சோழர்

இக்காலத்துச் சோழன் பெரியபுராணத்துட் கூறப்படும் மங்கையர்க்கரசியார் தந்தையாவன். அவன் பாண்டிய அரசனுடன் உறவுகொண்டிருந்தான்.

பாண்டியர்

சிம்மவிஷ்ணு சோழநாட்டைக் கைப்பற்றிய அதே சமயத்தில் கடுங்கோன் என்ற பாண்டிய மன்னன் களப்பிரரை விரட்டிப் பாண்டியநாட்டைக் கைப்பற்றினான். அவனுக்குப் பின் அவன் மகனான் மாறவர்மன் அவனி சூளாமணி (கி.பி. 600-625) அரசன் ஆனான். இப்பாண்டியர் தெற்கில் உரிமைபெற்று வாழ்ந்த பேரரசர் ஆவர்.

பல்லவர்- சாளுக்கியர் போர்

கீழைச் சாளுக்கிய நாட்டை ஏற்படுத்திய இரண்டாம் புலிகேசி தெற்கே இருந்த பல்லவப் பேரரசன் பலத்தை ஒடுக்க விரும்பினான்; அதனாற் பெரும்படை திரட்டிப் பல்லவ நாட்டின்மீது படையெடுத்தான்; "அழுக்கற்ற வெண்சாமரங்களையும் நூற்றுக்கணக்கான கொடிகளையும் குடைகளையும் பிடித்துக்கொண்டு புலிகேசியின் படைகள் சென்றன. அப்பொழுது கிளம்பின தூளியானது எதிர்க்க வந்த பல்லவனது ஒளியை மங்கச் செய்தது. புலிகேசியின் பெரிய படைக்கடலைக் கண்டு அஞ்சிய காஞ்சி மன்னன் காஞ்சிபுரக் கோட்டைக்குள் புகுந்து கொண்டான்,' என்று புலிகேசியின் பட்டயம் புகழ்கின்றது. பல்லவர் பட்டயங்கள் மஹேந்திரன் வெற்றி பெற்றான் என்று கூறுகின்றன. போரின் முடிவில் பல்லவர்க்கு எந்த விதமான நாட்டு இழப்பும் ஏற்பட்டதாகத் தெரியவில்லை. ஆதலால், இப்போரினால் சாளுக்கியர்க்கு முயற்சி நஷ்டமும் ஆள் நஷ்டமும் பொருள் நஷ்டமும் உண்டாயின என்னலாம். எனினும், போர் எவ்வாறு நடந்து முடிந்தது என்பதைக் காண்போம்:

'துள்ளிவிழும் கயல் மீன்களைக் கண்களாகக் கொண்ட காவிரி, சாளுக்கியனுடைய யானைகளின் மதநீர் விழுந்ததால் ஓட்டம் தடைப்பட்டுக் கடலிற் கலக்க இயலாததாயிற்று. புலிகேசியும் பல்லவனாகிய பனியைப்போக்கும் பகலவனாய்ச் சேர-சோழ-பாண்டியரைக் களிப்புறச் செய்தான்," என்று சாளுக்கியன் பட்டயம் கூறுகின்றது.

சாளுக்கியர் பட்டயம் கூறும். இரண்டு குறிப்புகளாலும், மஹேந்திரன், இரண்டாம் புலிகேசியை எதிர்த்துப் போரிட

முடியாமல் காஞ்சிபுரக் கோட்டைக்குள் ஒளிந்துகொண்டான் என்பதும், அச்செயல் தமிழ் அரசரை மகிழ்வித்தது என்பதும் தெரிகின்றனவே தவிர, பல்லவன் தோற்றுவிட்டான் என்பதோ, நாட்டை இழந்துவிட்டான் என்பதோ தெரியவில்லை.

போர் நடந்த முறை

இரண்டாம் புலிகேசி முதலில் காஞ்சியைக் கைப்பற்ற முயன்றான்; மஹேந்திரனது கோட்டை மதில் பகைவரால் ஏற முடியாதது. மஹேந்திரன் கோட்டைக்குள் ஒளிந்து கொண்டான். அவனை வென்று கைப்பிடியாகப் பிடிக்க வேண்டும் என்ற எண்ணம் இல்லாமல் பெருமிதம் கொண்ட புலிகேசி, பல்லவ நாட்டின் தென் எல்லையான காவிரியாறுவரை சென்றான்.

அவன் மீண்டும் திரும்பிக் காஞ்சியை நோக்கி வருவதற்குள், மஹேந்திரவர்மன் பெரும்படையைத் திரட்டித் தயாராகக் காத்திருந்தான்; புலிகேசி காஞ்சிக்கு அருகில் வெற்றித்திமிருடன் அசட்டையாக வந்துகொண்டிருக்கையில் திடீரெனத் தாக்கினன். தனக்கஞ்சிக் கோட்டைக்குள் புகுந்து கொண்ட மஹேந்திரன், எதிர்பாராவிதமாக இங்ஙனம் வன்மை மிக்க படைகொண்டு தாக்குவான் என்று புலிகேசி கனவிலும் கருதவில்லை. புள்ளலூர் என்னும் இடத்தில் நடந்தது. அது காஞ்சிக்குப் பத்துக்கல், தொலைவில் உள்ளது. எதிர்பாராத எதிர்ப்பைக் கண்டதும் சாளுக்கியர் படை திகைத்தது. அதனால் அது வெற்றிகரமாகப் போராடக்கூடவில்லை. பல்லவர் படை வீராவேசத்துடன் போராடியது. இறுதியில் மஹேந்திரவர்மன் படை சாளுக்கியர் படையைத் துரத்திச் சென்றது. இரண்டாம் புலிகேசி உயிருடன் சாளுக்கிய நாட்டை அடைந்ததே பெரிதாயிற்று.

பல்லவர் கங்கர் போர்

இரண்டாம் புலிகேசியின் தம்பியும் கீழைச் சாளுக்கிய முதல் அரசனுமான விஷ்ணுவர்த்தனனுக்குக் கங்க அரசனான துர்விநீதன் தன் மகளை மணம் செய்து தந்தான். அந்த உறவினால் அவன் இரண்டாம் புலிகேசிக்கும் உறவினன் ஆனான். கீழைச் சாளுக்கிய அரசு சாலங்காயனரை விரட்டி ஏற்படுத்தப்பட்டது என்பது முன்னரே குறிக்கப்பட்டதன்றோ? அச் சாலங்காயனர்

மஹேந்திர வர்மனுக்கும் அவனுடைய முன்னோர்க்கும் கொள்வனை கொடுப்பனையில் உறவுகொண்டோர் ஆவர். ஆதலின், தனக்கு வேண்டிய அரச மரபினரை ஒழித்து, இரண்டாம் புலிகேசி தன் ஆதிக்கத்தைப் பெருக்க ஏற்பாடு செய்ததை மஹேந்திரன் பார்த்துக்கொண்டிருக்க விரும்பவில்லை. அதனால் அவன், விஷ்ணுவர்த்தனன் இறந்தவுடன் அவன் மகன் பட்டம் பெறுவதைத் தடுத்துச் சாலங்காயன அரசன் பட்டத்துக்கு வர உதவிசெய்தான். அதனாற் சினங்கொண்ட துர்விநீதன் என்ற கங்க அரசன் மஹேந்திரனைத் தாக்கத் துணிந்தான். அதுவே தக்க சமயம் என்று இரண்டாம் புலிகேசியும் முனைந்தான்.

புலிகேசி முன் சொன்னபடி வடக்கே படையெடுத்து வருகையில், துர்விநீதன் பல்லவ நாட்டின் மேற்கே படையெடுத்தான். அந்தரி, ஆலத்தூர், பெருநகரம், புள்ளலூர் என்ற இடங்களில் போர் நடைபெற்றது என்று கங்கர் கல்வெட்டே கூறுகின்றது. அக்கல்வெட்டு மேலும், "துர்விநீதன் காடுவெட்டியை (பல்லவனை)ப் போரில் வென்று, தன் மகள் வயிற்றுப் பெயரனைச் சாளுக்கிய அரசு கட்டிலில் அமர்த்தினான்" என்று குறிக்கின்றது. இதனாலும் முன்சொன்ன சாளுக்கியன் நடத்திய போராட்டத்தாலும் மஹேந்திரன் முயற்சி பலிக்கவில்லை என்பது தெரிகிறது; மஹேந்திரனைக் கங்கனும் சாளுக்கியனும் எதிர்த்தனர் என்பதும், அவன் இருவரையும் சமாளித்துத் துரத்தி அடித்தான் என்பதும் அறியக் கிடக்கின்றன.

5. சமய மாற்றம்

தமிழகத்தில் சமயநிலை

ஏறத்தாழச் சங்க காலத்தின் இறுதியாகிய கி.பி. 400க்கு முற்பட்ட காலத்தில் தமிழ்நாட்டில் பல சமயங்கள் இருந்தன. அவை சைவ சமயம், வைணவ சமயம், பௌத்த சமயம், சமண சமயம் முதலியனவாகும். அவை ஒன்றோடு ஒன்று போரிடாது சமரசமாகவே வாழ்ந்துவந்தன.

சங்க காலத்திற்குப் பிறகு சோழ - பாண்டிய நாடுகள் களப்பிரர் ஆட்சிக்கு உட்பட்ட காலத்தில் சமணம் தலை தூக்கியது.பாண்டிய நாடாண்ட களப்பிரர் சமணத்தைப் போற்றி வளர்த்தனர்; வைதிக நெறியையும் சைவத்தையும் வளரவிடவில்லை; ஒரு பிராமணனுக்கு விடப்பட்ட பிரமதேய உரிமையைப் பறிமுதல் செய்தனர் என்று வேள்விக்குடிப் பட்டயம் விளம்புகிறது. மூர்த்திநாயனார் என்பவர்க்கு, சோமசுந்தரக் கடவுள் கோவிலுக்கு நாளும் சந்தனச்சாந்து கொடுக்கச் சந்தனக் கட்டைகள் கிடைக்காதவாறு செய்தனர் என்று பெரிய புராணம் புகல்கின்றது. பாண்டிய நாட்டில் உள்ள மலைகளில் சமண முனிவர்கள் வாழ்ந்துவந்தார்கள். சமணப் புலவர் பலர், மதுரையில் கி.பி. 5ஆம் நூற்றாண்டில் ஒரு சங்கத்தைக் கூட்டினர் எனின், பாண்டிய நாட்டில் சமணம் நன்கு பரவி இருந்தது என்பதை அறியலாம்.

சமண மடம்

சோழ நாட்டிலும் திருவாரூர், பழையாறை முதலிய இடங்களில் சமணர் பரவி இருந்தனர்; தொண்டை நாட்டில் வெடால், சிற்றாமூர், கூடலூர், திருப்பாதிரிப்புலியூர், காஞ்சி முதலிய இடங்களில் பரவி வாழ்ந்தனர். திருப்பாதிரிப்புலியூரில் இருந்த சமண மடம் ஒன்று தென்னிந்தியாவிற் புகழ்பெற்று

விளங்கியது. அதனில் புகழ்பெற்ற சிம்மசூரி, சர்வநந்தி என்ற திகம்பர சமணப் பேரறிஞர் வடமொழியிலும் பிராக்ருத மொழியிலும் வல்லுநராய் விளங்கினர்; பிராக்ருத மொழியில் இருந்த சமண நூல்களை வடமொழியில் பெயர்த்தெழுதினர். காஞ்சி வடமொழிக் கல்லூரி வைதிகர்க்குச் சிறப்புச் செய்தவாறு, திருப்பாதிரிப்புலியூர் மடம் சமணர்க்குச் சிறப்பளித்தது. 'லோகவிபாகம்' என்ற சமணநூல் இந்த மடத்தில் செய்யப்பட்டது. அப்பொழுது சிம்மவர்மன் என்ற இடைக்காலப் பல்லவன் அரசனாக இருந்தான் என்று அந்த நூலின் முகவுரையிற் கண்டுள்ளது. மஹேந்திரவர்மன் தான் இந்த மடத்தைப் பெரிதும் ஆதரித்து வந்தான். இவன் தன் ஆட்சியின் முற்பகுதியில் சமணப் பற்றுடையவனாக இருந்தவன்.

திருநாவுக்கரசர்

(கி.பி.580-660)[1]

இளமைப் பருவம்

தென் ஆர்க்காடு ஜில்லாவில் திருக்கோவலூர்த் தாலுகாவில் உள்ள திருஆமூர் என்னும் திருப்பதியில் புகழனார் என்ற வேளாளர் இருந்தார். அவர் மனைவியார் பெயர் மாதினியார் என்பது. இவர்கட்குத் திலகவதியார் என்ற மகளார் இருந்தார். ஆண்மகவு இல்லாமையால் பெற்றோர் சிவபெருமானைத் தவம் கிடந்தனர். பிறகு ஓர் ஆண்மகவு பிறந்தது. அவருக்கு மருள்நீக்கியார் என்று பெயரிட்டு வளர்த்தனர். திலகவதியார்க்கு உற்ற வயது வந்ததும் அவரைச் சிறந்த போர்வீரரான கலிப்பகையார் என்பவர்க்கு மணம் பேசினர். மணத்திற்கு முன் வேற்றரசன் படையெடுப்பைத் தடுக்கக் கலிப்பகையார் அரசனால் அனுப்பப்பட்டார். அவர் வருவதற்குள் புகழனாரும் மாதினியாரும் காலமாயினர். பின்னர்ப் போருக்குச் சென்ற

1 இவை திருநாவுக்கரசர் வரலாறு, பெரியபுராணம், அப்பர் தேவாரம் இவற்றுட் குறித்துள்ளபடியே தரப்பட்டுள்ளது.

கலிப்ப கையாரும் கொல்லப்பட்டார். இதனை அறிந்த திலகவதியார் இறக்கத் துணிந்தார். அவ்வமயம் தம்பியாரான மருள்நீக்கியார் வேண்ட, சிறுவரான அவரை வளர்ப்பது தமது கடமை என்று எண்ணி இறப்பது தவிர்ந்தவந்தார். 'சிறந்த ஒழுக்கத்துடன் சிவ பூசையில் ஈடுபட்டு வாழ்ந்து வந்தார். மருள்நீக்கியாரும் தமிழ்ப்புலமை பெற்றுச் சிவபக்தியுடன் வாழ்ந்தார்.

சமண வாழ்க்கை

மருள்நீக்கியார் சமணர் சொற்பொழிவுகளைக் கேட்டார்; அச்சமயத்தில் எவ்வாறோ அவருக்குப் பற்று உண்டானது. அதனால் அவர் திருப்பாதிரிப்புலியூர் மடத்திற்குச் சென்றார்; ஆடையற்ற திகம்பர சமண முனிவராக மாறினார்; பல ஆண்டுகள் அங்குத் தங்கிச் சமண சமயக் கொள்கைகளையும் பிற உண்மை களையும் உணர்ந்தார்; சமண முனிவர் பாராட்டுக்கு உரியவராகித் 'தருமசேனர்' என்ற பட்டமும் பெற்றார்; பௌத்தரைப் பலவாதங்களில் வென்று புகழ் பெற்றார். அவரது மத மாற்றத்தை அறிந்த திலகவதியார் திருவதிகையில் உள்ள சிவபெருமானிடம் முறையிட்டுத் தம் தம்பியை மீட்டும் சைவ சமயத்தில் திருப்பியருளவேண்டும் என்று வரம் கிடந்தார். அவ்வம்மையார் அங்கு ஒரு மடம் அமைத்துக் கொண்டு தவ வாழ்க்கை வாழ்ந்துவந்தார். 'இந்நிலையில் மருள்நீக்கியார் என்ற தருமசேனர் பாடலிபுரத்துச் சமண மடத்தில் சிறந்த சமணசமயத் தலைவராக இருந்து வந்தார். தருமசேனரது புகழை நமது மஹேந்திரவர்மன் நன்கு அறிந்திருந்தான்.

பல்லவ நாட்டுச் சமயநிலை

மருள்நீக்கியார் தருமசேனராகச் சமண மடத்தில் வாழ்ந்தபொழுது பௌத்தமும் சைவ - வைணவங்களும் செல்வாக்கில் குன்றி இருந்தன. கிருஷ்ணையாறு முதல் காவிரியாறுவரை அரசாண்ட மஹேந்திரனே சமணன் எனின், எந்த மதம் அவன் அரசியலில் செல்வாக்கைப் பெற முடியும் என்று நாம் சொல்லவும் வேண்டுமா? சமண சமயமே பல்லவ நாட்டில் மிக்க செல்வாக்குப் பெற்று விளங்கியது. ஏனைய சமயங்கள் பெயரளவில் இருந்து வந்தன.

சூலை நோய்

இந்நிலையில் திடீரென்று தருமசேனர்க்குக் கொடிய வயிற்று வலி உண்டானது. அதன் பெயர் சூலைநோய் என்பது.வயிற்று எரிச்சல், வயிறு உளைதல், புளித்த ஏப்பம் வருதல், மயக்கம் உண்டாதல், குடரை முறுக்கல் முதலிய தொல்லைகளை உண்டாக்குதல் அதன் இயல்பு. அக்கொடு நோயால் தருமசேனர் பெருந் துன்பப்பட்டார். சமண முனிவர்கள் மந்திரவலியால் அதனைப் போக்க முயன்றனர்; பின்னர் மருந்து வகையால் போக்க முற்பட்டனர். அவர்கள் முயற்சி பலன் அளிக்கவில்லை.

தமக்கையாரை அடைதல்

சூலைநோயின் கொடுமை மிகுதிப்பட்டது. தருமசேனர் யோசனையில் ஆழ்ந்தார். அப்பொழுது அவருக்கு மனத்தெளிவு ஏற்பட்டது; தமது நிலையைத் திருவதிகையில் சிவத்தொண்டு செய்துவந்த தமது தமக்கையாருக்குச் சொல்லி அனுப்ப விழைந்தார்; அவ்வண்ணமே செய்தார். தமக்கையார் ‘இதுவும் சிவனருள்’ என்று எண்ணித் தம்பியார் வருகையை ஆவலோடு எதிர்நோக்கி இருந்தார். தருமசேனர் திகம்பர சமண கோலத்தைக் களைந்து வெள்ளையாடை உடுத்து, இரவில் சென்று, “நமது குலம் செய்த நற்றவத்தின் பயன் அனையீர், என் உடலை வருத்தும் கொடிய சூலைநோய்க்கு வருந்தி யான் உம்மைச் சரண் அடைந்தேன். நான் பிழைக்கும் வழியைக் காட்டி அருளுக” என்று வேண்டி, அவர் மலர்போன்ற பாதங்களிற் பணிந்தார்.

மத மாற்றம்

அருள் நோக்கமுடைய அவ்வம்மையார் தம்பியாரை எழுப்பி, “அப்பனே! திருவதிகைப் பெருமானைப் பாட வா; செல்வோம்; அவனே நினது கொடுநோயை நீக்கவல்லவன்” என்றார்; என்று, சிவபெருமானை நினைந்து திருநீற்றைத் தந்தார்: “நான் பிழைத்தேன்” என்று சொல்லிக்கொண்டு மருள்நீக்கியார் அதனைப் பெற்றுப் பெருமகிழ்ச்சியுடன் உடல் முழுவதும் பூசிக்கொண்டார். பிறகு இருவரும் திருக்கோவிலை அடைந்தனர்; பக்தியுடன் கோவிலை வலங்கொண்டனர்.

அப்பொழுது மருள்நீக்கியார் சிவபிரான்மீது பாடல்கள் பாடும் உணர்வு பெற்றார்; உணர்வு பெற்று, இறைவன்மீது கொண்ட பேரன்பினால் உள்ளம் உருக, 'கூற்றாயினவாறு விலக்ககலீர்'' என்று தொடங்கி ஒரு பதிகம் பாடினார்; அதனில், "நான் பிறந்தது முதல் உம் திருவடிகளையே எண்ணியிருந்தேன்; தமிழோடு இசைபாடல் மறந்தறியேன்; என் வயிற்றை வருத்தும் கொடிய சூலைநோயைப் போக்கி, என் பிழையைப் பொறுத்து ஆட்கொண்டருள்வீர்" என்று வேண்டினார்.

"நாவுக்கரசன்"

அவ்வமயம், "நாவுக்கரசன்" என்னும் சொல் கோவிலிலிருந்து எழுந்தது. அதுமுதல் மருள்நீக்கியார் திருநாவுக்கரசர் எனப் பெயர் பெற்றார். இறைவன் திருவருளால் அவரது சூலைநோயும் மறைந்தது. அன்றுமுதல் திருநாவுக்கரசர் சிவ சின்னங்களை அணிந்து, திருவதிகைப் பெருமானைப் பேரன்புடன் பணிந்து திருப்பதிகங்களைப் பாடிவந்தார்; தினந்தோறும் திருக்கோவிலைச் சுத்தம் செய்யும் திருத்தொண்டில் ஈடுபட்டார்.

சமண முனிவர் மனக்குழப்பம்

தங்களிடைச் சிறந்த மதவாதியாக இருந்த தருமசேனர் திருவதிகைக்குச் சென்று மதம் மாறிய செய்தியைப் பாடலிபுரத்துச் சமணமுனிவர் கேள்விப்பட்டனர் 'வயிற்றுவலியைப் போக்கச் சமணரால் முடியவில்லை. அதனால் தருமசேனர் சிவபெருமானை வேண்டினார். நோய் நீங்கிவிட்டது; அவர் உடனே சைவர் ஆனார் என்னும் செய்தி எங்கும் பரவினால், சமணத்தில் பொது மக்களுக்கு இருந்த பற்றுக்குறையும் அல்லவா? அதனால் சமணர் செல்வாக்கும் ஒழிய இடமுண்டாகும். மேலும், சிறந்த படிப்பாளியும் தர்க்கவாதியுமான தருமசேனர் சைவப் பிரசாரத்தைப் பலமாகச் செய்யத் தொடங்கிவிடுவர். இவற்றை எல்லாம் சமண முனிவர் நன்கு யோசித்தனர்; என்ன செய்வது என்பது தெரியாமல் மனக்குழப்பம் அடைந்தனர்; முடிவில் ஒருவாறு யோசனை செய்து, தம் அரசனான மஹேந்திரவர்மனிடம் சென்று கூறத்துணிந்தனர்.

சமணரும் பல்லவனும்

உடனே பாடலிபுரத்திலிருந்த சமண முனிவர் பல்லவன் கோநகரமான காஞ்சியை அடைந்தனர்; மஹேந்திரவர்மனை நேரிற் கண்டனர்; கண்டு, "அரசே! நமது தருமசேனர் சூலைநோயால் வருந்தியவரைப் போலப் பாசாங்கு செய்தார்; நாங்கள் மருந்துகள் கொடுத்தோம்; மந்திரங்கள் ஓதினோம். அது தீரவில்லை என்று சொல்லி, ஒருவர்க்கும் தெரியாமல் அவர் திருவதிகை சென்று சைவராக மாறிவிட்டார்; அதனால் நினது சமயம் ஒழித்தார்" என்றனர். உடனே பல்லவன் வெகுண்டெழுந்தான்; "சைவ சமயத்தைச் சேர நோயை ஒரு போர்வையாகக் கொண்டு, புகழ்பெற்ற நமது சமயத்தை அழித்தொழிக்கவே அவர் சென்றனர். போலும். அங்ஙனம் சென்றிருப்பின், அவர் குற்றமுடையவரே ஆவர். அவரை என்ன செய்யலாம்? கூறுக என்றான். உடனே, கொலைபுரியா நிலைகொண்ட சமண முனிவர் அரசனை நோக்கி, "அரசே! தலைநெறியாகிய சமண சமயத்தை அழித்து, உன்னுடைய பழைமையான கட்டுப்பாட்டையும் ஆணையையும் அவமதித்த அறிவற்ற அத்தரும சேனனைத் தக்கவாறு தண்டிப்பதே தக்கது" என்றனர். அரசன் அமைச்சரை அழைத்து, "நீவிர் திருவதிகைக்குச் சென்று இவர்கள் கூறும் தருமசேனன் என்பவனை இங்கு அழைத்து வருக" என்று பணித்தான்.

அரசரும் அமைச்சரும்

அமைச்சர் திருவதிகை அடைந்தனர்; தருமசேனர் திருநாவுக்கரசராக இருந்ததைக் கண்டனர்; பணிவுடன் தம் கட்டளையைத் அரசன் தெரிவித்தனர். திருநாவுக்கரசர், "நாம் யார்? நும் அரசன் யாவன்? அவனிடம் நாம் வரவேண்டிய காரணம் என்ன? சிவனடியார்கள் அரசன் ஆணைக்குக் கட்டுப்பட்டவர்கள் அல்லரே! நாம் அரசனைக் கண்டு அஞ்சோம். நாம் ஈசனுடைய குடிகள்; வேறெவர்க்கும் குடி அல்லோம்' என்று பலவாறு பேசினர். அமைச்சர், அவர் காஞ்சிக்கு வராவிடில் தமக்குத் தண்டனை கிடைக்கும் என்பதை அறிவித்தனர். "அங்ஙனமாயின், வருவேன்," எனக் கூறித் திருநாவுக்கரசர் பல்லவ அமைச்சருடன் காஞ்சி மாநகரை அடைந்தார்.

பலவகைத் தண்டனைகள்[1]

நீற்றறையில் இடுதல்

“தருமசேனரைக் கொணர்ந்தோம்” என்று அமைச்சர் கூறக் கேட்ட அரசன், “அவனை யாது செய்யலாம்?” என்று சமண முனிவரைக் கேட்டான். அவர்கள், “அவனை நீற்றறையில் இடுக” என்றனர். அரசன் அருகில் இருந்தவரைப் பார்த்து, “அவ்வண்ணம் செய்க” என்றான். உடனே அரசனுடைய ஆட்கள் திருநாவுக்கரசரை நன்றாக எரிந்துகொண்டிருந்த நீற்றறையில் அடைத்துக் கதவை மூடிவிட்டனர்.

உள்ளே அடைப்பட்ட திருநாவுக்கரசர் சிவபெருமான் திருவடிகளை நினைந்தவண்ணம் தம்மை மறந்து,

> **“மாசில் வீணையும் மாலை மதியமும்**
> **வீசு தென்றலும் வீங்கிள வேனிலும்**
> **மூசு வண்டறை பொய்கையும் போன்றவே**
> **ஈசன் எந்தை இணையடி நீழலே”**

என்னும் திருப்பதிகம் பாடிக்கொண்டு இருந்தார். இவ்வாறு ஏழுநாள்கள் கழிந்தன. எட்டாம்நாள் அரசன் சமண முனிவரை அழைத்து, “நீற்றறையைத் திறந்து பாருங்கள்” என்றான். அவர்கள் திறந்து பார்த்து

அதிசயித்தனர்; அரசனிடம் சென்று, “ஐயனே, அவன் எவ்வாறோ பிழைத்திருக்கிறான். அவனுக்கு விடம் ஊட்டலே தக்கது’ என்றனர்.

நஞ்சூட்டல்

சமணச் சார்பு கொண்ட மஹேந்திரவர்மன் அதற்கு உடன்பட்டான். வேலையாட்கள் பால் அமுதில் விடம் கலந்து,

1 இங்ஙனம் தம் கொள்கைகட்கு மாறுபட்டாரைப் பலவாறு துன்புறுத்தல் பண்டை நாளில் உலகம் எங்கும் நடைபெற்றுவந்த நிகழ்ச்சியே ஆகும். சாக்ரடிஸ் விஷம் குடிக்கச் செய்யப்பட்டதும், இயேசுநாதர் சிலுவையில் அறையுண்டதும், மார்டின் லூதர் பல தண்டனைகளுக்கு ஆளானதும் காண்க. இந்நிகழ்ச்சிகள் வரலாற்று நிகழ்ச்சிகள்; அக்கால நிலைக்கேற்ப நடந்தவை. இந்நிகழ்ச்சிகள் பற்றி இக்காலத்தில் விவாதம் வேண்டுவதில்லை.

அதனைத் திருநாவுக்கரசர்க்கு அளித்தனர். அப்பெரியவர் உண்மையை உணர்ந்து, "நஞ்சுண்ட சிவபெருமானைத் தேவனாகக் கொண்ட அடியவர்க்கு நஞ்சும் அமுதாகும்" என்று கூறி, அப்பாலடிசிலை மகிழ்ச்சியோடு உண்டு மகிழ்ந்திருந்தார். இதனை அறிந்த சமண முனிவர் அஞ்சினர்; "இவன் பிழைத்தல் நமக்கெல்லாம் இறுதியேயாகும்" என்று எண்ணி, வேந்தன்பால் சென்று, "தருமசேனன் மந்திரத்தில் தேர்ந்தவன்; அதனால் உயிர் பிழைத்திருக்கிறான். அவனை நினது மதயானையின் முன்னிலையில் விடுவதே தக்கது" என்றனர்.

யானையை ஏவுதல்

திருநாவுக்கரசர் ஓரிடத்தில் அமர்த்தப்பட்டார். அவரை நோக்கிக் கொல்களிறு ஒன்று கட்டவிழ்த்து விடப்பட்டது.உடனே வழியிலிருந்த பொதுமக்கள் ஓடி ஒளிந்தனர். அக்கொடிய மதயானை தன் துதிக்கையைத் தூக்கியபடி வந்தது. அது தன்னை நோக்கி வருதலைக் கண்ட திருநாவுக்கரசர் சிவபெருமானை நினைந்து, 'சுண்ணவெண் சந்தனச் சாந்தும்" என்று தொடங்கும் திருப்பதிகம் பாடினார். அவ்வளவில் அந்தக் கொடிய யானை அச்சிவனடியாரை வலம் வந்தது; எதிரில் தாழ்ந்தது; பின்பு எழுந்தது; அவரை விட்டு விலகிச் சென்றது. அதன்மீதிருந்த பாகர் அதனைக் குத்தித் துன்புறுத்தித் திருநாவுக்கரசர் மீது ஏவ முயன்றனர். அந்த யானை சீற்றம் மிகுந்து, பாகரை இழுத்துக் கீழே தள்ளி மிதித்துக் கொன்று' நகரத்தைக் கலக்கியது. இதனை உணர்ந்த அரசன் பெருந்துயர் கொண்டான்.

கல்லிற் கட்டிக் கடலிற் பாய்ச்சல்

யானைக்குத் தப்பிப்பிழைத்த சமண முனிவர் மஹேந்திரனை அடைந்தனர்; அடைந்து, "அக்கொடி யோனைக் கல்லிடைக் கட்டிக் கடலில் எறிதலே தக்கது" என்றனர். உடனே வேந்தன் ஆட்களை நோக்கி, "அவனைப் படகில் ஏற்றிச் சென்று கல்லிற்கட்டிக் கடலில் போட்டு விடுக" என்று ஆணையிட்டான். அவர்கள் அங்ஙனமே செய்து மீண்டார்கள்.

கடலில் வீழ்த்தப்பட்ட திருநாவுக்கரசர்,

"சொற்றுணை வேதியன் சோதி வானவன்

பொற்றுணைத் திருந்தடி பொருத்தக் கைதொழக்
கற்றுணைப் பூட்டியோர் கடலிற் பாய்ச்சினும்
நற்றுணை யாவது கமச்சி வாயவே"

என்னும் திருப்பதிகம் பாடினார்

திருவருள் துணையால் கல் தெப்பமாக மிதந்தது. திருநாவுக்கரசர் அதன்மீது அமர்ந்து இறைவனைப் பாடிக்கொண்டே திருப்பாதிரிப்புலியூர்க் கரை ஓரமாக வந்து கரை[1] ஏறினார்; ஏறி, நேராகத் திருப்பாதிரிப் புலியூர்ச் சிவபெருமான் திருக்கோவிலை அடைந்தார்; அடைந்து தொழுது, "ஈன்றாளு மாயெனக் கெந்தையுமாய்" என்று தொடங்கும் திருப்பதிகத்தை உளமுருகப் பாடினார். அப்பதியில் இருந்த சைவத் தொண்டர்கள் அடியவரை வரவேற்று உபசரித்தார்கள்.

பின்னர்த் திருநாவுக்கரசர் திருப்பாதிரிப்புலியூரை விட்டு திருமாணிக்குழி, திருத்தினைநகர் ஆகியவற்றைத் தரிசித்துக் கெடில நதியைத் தாண்டித் திருவதிகையை அடைந்தார். அப்பதியில் இருந்த சிவனடியார்கள் ஊரை அலங்கரித்து, திருநாவுக்கரசரை வரவேற்றனர். அப்பெரியவர் திருவதிகை வீரட்டானேஸ்வரரைப் பாடித் தொண்டு செய்துவந்தார்.

மஹேந்திரன் மதமாற்றம்

திருநாவுக்கரசர் வரலாறு முழுவதையும் தக்கார் வாயிலாகக் கேள்வியுற்ற மஹேந்திரவர்மன் 'தான் அவருக்குச் செய்த கொடுமைகளை எண்ணி எண்ணி மனம் வருந்தினான்; தன் தண்டனைகள் அனைத்தையும் திருத்தொண்டின் உறைப்பாலே வென்ற அவரது சிவபக்தி மேன் மையை எண்ணி எண்ணி வியந்தான். உ டனே அவன் உள்ளம் சிவத்தைத் துணையெனக் கொண்டது. அவன் குடிகள் சைவப்பற்று மிக்குடையராதலைக் கண்டான்; தானும் சைவன் ஆனான்.

குணபர ஈஸ்வரம்

மஹேந்திரன் சைவன் ஆனவுடன் பாடலிபுரத்தில் இருந்த சமணப் பள்ளிகளையும் பாழிகளையும் இடிக்கச் செய்தான்;

1 'கரை ஏற விட்ட குப்பம்' என்பது பாதிரிப்புலியூரை அடுத்து இருக்கின்றது.

அச்சிதைவுகளைத் திருவதிகைக்குக் கொண்டு வரச் செய்தான். அங்குத் திருநாவுக்கரசர் திருவுள்ளம் மகிழவோ, என்னவோ, தெரியவில்லை; அச்சிதைவுகளைக் கொண்டு சிவன்கொவில் ஒன்றைக் கட்டினான்; அதற்குத் தன் பெயர் தோன்றக் 'குணபர ஈஸ்வரம்'' என்று பெயரிட்டு மகிழ்ந்தான்.

இவ்வாறு மஹேந்திரன் கட்டியதாகக் கூறப்படும் இக்குணபர ஈஸ்வரம் திருவதிகைப் போலீஸ் நிலையத்திற்கு எதிரே இருக்கின்றது. இன்று இஃது அழிவுற்ற நிலையில் சிறிய கோவிலாகக் காணப்படுகிறது. இதனுள் உள்ள பெரிய லிங்கம் மஹேந்திரன் காலத்ததென்பதில் ஐயமில்லை. மஹேந்திரன் அழித்ததாகக் கூறப்படும் பாடலிபுரத்துச் சமண மடத்தின் சிதைவுகள்,[1] திருப் பாதிரிப்புலியூரிலிருந்து திருவகீந்திரபுரம் (திருவந்தி புரம்) போகும் பாதையில் காணக்கிடக்கின்றன. அங்குச் சமண தீர்த்தங்கரர் சிலை ஒன்று இன்றும் இருந்து வருகின்றது. மஹேந்திர வர்மனுக்குப் பிறகு, புகழ்பெற்ற பாடலிபுரத்துச் சமண மடத்துச் செய்தி ஒன்றும் எந்த நூலிலும் குறிக்கப்படவில்லை. இதனை நோக்க, பெரிய புராணக் கூற்றுப்படி, அது மஹேந்திரனால் அழிக்கப்பட்டு விட்டதென்றே கருதவேண்டுவதாக இருக்கின்றது.

கல்வெட்டுச் சான்று

மஹேந்திரன் திருச்சிராப்பள்ளி மலைமீது ஒரு கோவிலைக் குடைந்தான்; அங்கு ஒரு பெரிய லிங்கத்தை எழுந்தருளச் செய்தான்; அதற்கு எதிர்ப்புறத்துப் பக்கத்தூண்கள் இரண்டில் இரண்டு வடமொழிக் கல்வெட்டுகளை வெட்டுவித்தான். அவற்றுள் ஒன்று, காவிரி வருணனையை நிரம்பக் கூறி, ''விரும்பத் தக்க குணங்களையுடைய காவிரியாற்றைக் கண்டு தன் கணவனான சிவபெருமான் அக்காவிரியாகிய நங்கைமீது காதல் கொள்வானோ என்று அஞ்சியவளாய் மலையரசன், மகளான உமையவள், தன் பிறந்தகத்தை விட்டு இம்மலைமீது நின்று, 'இவ்யாறு பல்லவனுடையது'' என்று சொல்லிக்கொண்டே இருக்கின்றாள். குணபரன் வானளாவும் இம்மலைக் கோவிலைச்

1 சமணக் கட்டடச் சிதைவுகளும் குணபர ஈஸ்வரமும் வரலாற்றுப் புகழ்பெற்ற இடங்கள் ஆதலால், அவற்றைப் பாதுகாத்தல் அரசாங்கத்தார் பொதுமக்கள் கடமையாகும்.

சிவனுக்காக அமைத்தான். குணபரன் அரசாட்சியில் மனுவை ஒத்தவன். அவன் சிவனை உள்ளத்தில் நிலை நிறுத்திய புருஷோத்தமன். அவன் நிகரற்ற இந்த லிங்கத்தை மலைமீது வைத்து, இம்மலையைப் பயனுடையதாக்கினான்' என்ற செய்தியையும் குறிப்பிட்டுள்ளது.

மற்றொரு கல்வெட்டு, "குணபர அரசன் லிங்கத்தைப் பூசிப்பவன். ஆதலின், இதற்கு எதிர்முறையில் இருந்த அவனது அறிவைத் தன்பால் திருப்பிய இந்த லிங்கத்தின் புகழ் உலகமெல்லாம் பரவட்டும்"[1] என்பது.

சிறந்த சிவ பக்தன்

இவ்விரண்டாம் கல்வெட்டுச் சான்றை நன்கு நோக்குக. "இதற்கு எதிர்முறையில் இருந்த அவனது அறிவைத் தன்பால் திருப்பிய லிங்கம்" என்பது கவனிக்கத் தக்கது. இத்தொடர் பெரிய புராணத்துள் கூறப்படும். மஹேந்திரனது மத மாற்றத்தை உறுதிப்படுத்துதல் காணலாம். இவன் சைவனாகாமல் சமணனாகவே இருந்திருப்பின், திருநாவுக்கரசர் தொண்டை நாட்டில் சைவப் பிரசாரத்தைத் தீவிரமாக நடத்தியிருத்தல் இயலாது.ஆனால், அவரது சைவப் பிரசாரம் தீவிரமாகப் பரவியதை நோக்க, அரசன் சைவனாகி, அப்பிரசாரத்திற்கு வேண்டிய ஆக்கம் அளித்தான் என்பது நம்பவேண்டுவதாக இருக்கிறது. மஹேந்திரன் சிறந்த சிவபக்தனாக இருந்தான் என்பது மேற்சொன்ன கல்வெட்டுகளாலும், இசையைப் பற்றிய கல்வெட்டிற் காணும் "சித்தம் நமசிவாய' என்னும் தொடராலும் நன்கறியலாம்.

---

1 S.I.I. Vol.I. 33 and 34.

6. குடைவரைக் கோவில்கள்

குடைவரைக் கோவில்கள்

மஹேந்திரவர்மன் திருவதிகையில் குணபர ஈஸ்வரம் கட்டியதுபோல வேறெந்தக் கோவிலையும் கட்டியதாகத் தெரியவில்லை. ஆனால், அவன் மலைச்சரிவுகளைக் குடைந்து கோவில்களாக அமைத்தான். அத்தகைய பல கோவில்கள் தமிழ் நாடெங்கும் பரந்து இருக்கின்றன. அவை 'குடைவரைக் கோவில்கள்' (மலைகளிற் குடைந்த கோவில்கள்) எனப்படும். அவை பல்லாவரம், திருவல்லம், மாமண்டூர், மஹேந்திரவாடி, தளவானூர், மண்டபப்பட்டு, சீயமங்கலம், திருச்சிராப்பள்ளி, சித்தன்னவாசல், முதலிய இடங்களிற் பரவி இருக்கின்றன. இவற்றுள் மாமண்டூர், மஹேந்திரவாடி என்னும் இடங்களில் குடையப்பட்டவை பெருமாள் கோவில்கள் ஆகும்; சீயமங்கலம், பல்லாவரம், திருவல்லம், தளவானூர், திருச்சிராப்பள்ளி என்னும் இடங்களில் குடையப்பட்டவை. சிவன் கோவில்கள் ஆகும்; மண்டபப்பட்டில் உள்ளது மும்மூர்த்தி கோவில்; சித்தன்னவாசலில் இருப்பது சமணர் கோவில் ஆகும்.

கோவில் அமைப்பு

மஹேந்திரன் கோவில்களைக் கண்டவுடன் எளிதிற் கூறிவிடலாம். அவை மலை உச்சியிலோ, மலை அடியிலோ இரா; மலைச்சரிவில் சிறிது உயரத்திலேயே குடையப் பட்டிருக்கும். அங்ஙனம் குடைந்தமைத்த கோவில் நீள் சதுரமானது; தூண்களும் மூர்த்தங்களை வைக்க அறை களும் விடப்பட்டிருக்கும். மஹேந்திரன் காலத்துத் தூணின் உயரம் ஏறத்தாழ ஏழு முழம்; மேற்சதுரமும் கீழ்ச்சதுரமும் ஏறக்குறைய இரண்டிரண்டு முழம் இருக்கலாம். சில கோவில் தூண்களில் உள்ள சதுரங்களில் தாமரை மலர்கள் செதுக்கப்பட்டிருக்கும். தூண் இடையில் எட்டு முகங்கள் (பட்டைகள்) இருக்கும். தூண்களின் மேற்புறங்களிலும் விட்டத்தின் மேலும்

மஹேந்திரனுடைய பட்டப்பெயர்கள் செதுக்கப்பட்டிருக்கும். சில கோவிற் சுவர்கள்மீது சித்திர வேலைப்பாடு காணப் படுகிறது. வாயிற்காவலர் இரண்டு கைகளை உடையவர்; அவர் வலக்கை, இடக்கைமீது இருக்கும். இடக்கை ஒரு கதை[1] மீது பொருந்தி இருக்கும். அவர்கள் உருவங்கள் ஒவ்வொரு கோவிலில் ஒவ்வொரு வகையாக இருக்கும். சில கோர்வில்களிற் பாகை அணிந்த காவலர் இருப்பர். கோவிற் சுவர்களிற் புராணக் கதைகளை விளக்கும் சிற்பங்கள் செதுக்கப்பட்டிருக்கும். லிங்கங்கள் உருண்டை வடிவின; பட்டை வடிவின அல்ல. சில கோவில் மாடங்களின் மேலுள்ள தோரணங்கள் ‘இரட்டைத் திருவாசி ஆகும். அவற்றில் கந்தர்வர் முதலியவர் உருவச் சிலைகள் காணப்படும்.

1. பல்லாவரம்

சென்னையை அடுத்த பல்லாவரம் புகைவண்டி நிலையத்திற்கு எதிர்ப்புறம் உள்ள குன்றுகட்கு இடையே கதாயுதம். பல சிற்றூர்கள் இருக்கின்றன. அவற்றுள் ஒன்று ‘ஜமீன் பல்லாவரம்’ என்பது. அவ்வூரின் எதிரில் உள்ள குன்றின் சரிவில் மஹேந்திரன் குடைவித்த கோவில் இருக்கின்றது. அஃது இப்பொழுது முஸ்லிம்கள் தொழுகை இடமாக இருக்கின்றது. கோவிற் சுவர்கள் வெண்மை அடிக்கப் பட்டுப் பாறைக்கோவில் என்ற எண்ணமே உண்டாக எ வழியற்றிருக்கிறது. கோவிலின் நீளம் ஏறத்தாழ இருபத்து நான்கு அடி; அகலம் சுமார் பன்னிரண்டு அடி. ஐந்து கற்றூண்கள் இருக்கின்றன. கோவிற் சுவரில் ஐந்து உள்ளறைகள் இருக்கின்றன. அவற்றில் மூர்த்தங்கள் வைக்கப்பட்டிருந்தன. இப்பொழுது ஒன்றுமில்லை. ஐந்து அறைகள் இருப்பதால் ஊரார் அக்கோவிலைப் ‘பஞ்ச பாண்டவர் கோவில்’ என்கின்றனர். விட்டத்தின் மீது மஹேந்திரனுடைய விருதுப்பெயர்கள் வடமொழியிலும் தெலுங்கிலும் காணப்படுகின்றன.

பழைய நகரம்

இந்தக் கோவிலுக்கு எதிரே உள்ள ஜமீன் பல்லாவரம் பழைய தோற்றம் கொண்டதாகும். தெருக்கள் சிதறிக் கிடக்கும்

1 ‘பல்லவபுரம்’ என்பது ‘பல்லாவரம்’ என மருவியது.

காட்சி அதன் பழைமையை நன்குணர்த்துகிறது. ஆங்காங்குத் தோண்டும்பொழுது நாணயங்கள் பழைய பானை ஓடுகள், சவப்பெட்டிகள் கிடைத்தபடி இருக்கின்றன. இப்பழைய நகரம் மஹேந்திரன் காலத்தில் 'பல்லவபுரம்' என்ற பெயருடன் சிறப்புற்றிருந்தது என்பதில் ஐயமில்லை.

2. வல்லம்

இவ்வூர் செங்கற்பட்டிலிருந்து திருக்கழுக்குன்றம் போகும் பாதையில் இரண்டு கல் தொலைவில் இருப்பது. இங்கு ஒரு பாறையில் மஹேந்திரனது குடைவரைக் கோவில் இருக்கின்றது. அதன் வாயிலில் உள்ள இரண்டு தூண்களில் ஒரு கல்வெட்டுக் காண்கிறது. அது,

"பகாப்பிடுகு லளிதாங்குரன்
சத்துருமல்லன் குணபரன்
மயேந்திரப் போத்தரசன் அடியான்
வயந்தப்பிரி அரசர் மகன் கந்தசேனன்
செய்வித்த தேவகுலம்"

என்பது. இதனால், அக்கோவில் மஹேந்திரனது. சிற்றரசனான வசந்தப்பிரியன் என்பவன் மகனான கந்தசேனன் குடைவித்த கோவில் என்பது தெரிகிறது. கோவில் சிறிய உள்ளறையையும் முன் மண்டபத்தையும் உடையது. வாயிலுக்கு இரு பக்கங்களிலும் சிலைகள் இருக்கின்றன; வலப்பக்கம் ஜேஷ்டாதேவியின் சிலையும் இடப்பக்கம் பிள்ளையார் சிலையும் உள்ளன. உள்ளறையில் உள்ள லிங்கம் வட்டவடிவமானது. அறையின் வெளிப்பக்கத்தில் வாயிற்காவலர் நேர்ப் பார்வையினராய் நிற்கின்றனர். அவர்கள் கால்கள் ஒன்றன்மேல் ஒன்றாகக் குறுக்கிட்டுள்ளன; தலையில் இரண்டு கொம்புகள் காண்கின்றன; கைகள் கதைமீது பொருந்தியுள்ளன.

3. மாமண்டூர்

இவ்வூர் காஞ்சிபுரத்திற்குத் தெற்கே ஆறு கல் தொலைவில் உள்ளது. இங்கு நான்கு கோவில்கள் ஒரே குன்றில் குடையப்பட்டுள்ளன. அவற்றில் ஒன்று மஹேந்திரன் கல்வெட்டைப் பெற்றிருக்கிறது. அங்குள்ள தூண்களும்

அவற்றில் உள்ள தாமரை மலர்களும் மஹேந்திரவாடியில் உள்ளவற்றை ஒத்துள்ளன. உள்ளறையில் இருந்த பெருமாள் சிலை இப்பொழுது இல்லை. மாமண்டூர் ஏரி மஹேந்திரன் வெட்டுவித்ததாகும்.

4. மஹேந்திரவாடி

இஃது ஆர்க்கோணத்திற்கு[1] அண்மையில் உள்ள சோழசிங்கபுரம் (சோளிங்கர்) என்னும் புகைவண்டி நிலையத்திற்குத் தென்கிழக்கே மூன்று கல் தூரத்தில் இருப்பது. ஊருக்குப் பின்புறமுள்ள வெளியில் உள்ள சிறிய குன்றில் மஹேந்திரன் குடைவித்த கோவில் அழகொழுகக் காட்சி அளிக்கின்றது. வலப்புறத் தூணில் வடமொழிக் கல்வெட்டொன்று காண்கிறது. உள்ளறையில் பெருமாள் சிலை இருந்தது; இப்பொழுது இல்லை. அக்கோவில் 'மஹேந்திர விஷ்ணுக்ருஹம்' எனப்பட்டது. அங்கு இருந்த பழைய ஏரி மஹேந்திரன் எடுப்பித்ததாகும். அங்குள்ள கல்வெட்டில், "நல்லவர் புகழ்வதும் மக்கட்கு இன்பம் பயப்பதுமாகிய அழகிய 'மஹேந்திர விஷ்ணுக்ருஹம்' என்னும் முராரியின் பெருங்கற்கோவில் மஹேந்திரனது பேரூரில் -மஹேந்திர தடாகத்தின் கரையில் - பாறையைப் பிளந்து குணபரன் அமைத்தான்" என்பது வெட்டப் பட்டுள்ளது. இதனால் இன்றைய மஹேந்திரவாடி என்னும் சிற்றூர் மஹேந்திரன் காலத்திற் பேரூராக இருந்தது என்பதும், அக்கோவில் மஹேந்திரனால் உண்டாக்கப் பட்ட ஏரியின் கரையில் இருந்தது என்பதும் தெளிவாகும். இன்று கோவில் அருகில் ஏரி இல்லை. அது பழுதுபட்டுப் போய்விட்டது.

5. தளவானூர்

இதுதென் ஆர்க்காடு ஜில்லாவில் இருக்கிறது; பேரணி என்னும் புகைவண்டி நிலையத்திலிருந்து மேற்கே ஐந்து கல் தொலைவில் உள்ளது. இத்தளவானூருக்கு வடக்கே மாம்பட்டு என்னும் இடத்தில் பஞ்சபாண்டவர் மலையில் குடைவரைக் கோவில் இருக்கின்றது. அது 'சத்ருமல்லேஸ்வரம்' என்பது, உள்ளறையில் லிங்கம் இருக்கின்றது. இடப்புற வாயிற்காவலர் ஒரு கையை வணக்கம் தெரிவிப்பவரைப்போலத் தலைக்குச்

1 'அரக்கோணம்' என்பது மருவி வழங்கும் பெயர்.

சரியாக உயர்த்தி நிற்கின்றனர். மற்றவர் கதைமீது கைவைத்து நிற்கின்றனர். தூண்கள் மீது 'திருவாசி' எனப்படும் ஒருவகைத் தோரணம் செதுக்கப்பட்டுள்ளது. அஃது இரு பக்கங்களிலும் உள்ள மகரமீன்களின் வாய்களிலிருந்து வெளிப்பட்டு நடுவில் உள்ள ஒரு சிறிய மேடையில் கலக்கின்றது. அம்மேடைமீது கந்தர்வர் இருக்கின்றனர். மகரமீன்களின் கழுத்து மீதும் அவர்கள் காண்கின்றனர்.

திருவாசியில் இரண்டு வளைவுகள் காண்பதால் அதனை 'இரட்டைத் திருவாசி' என்பர். கோவிலில் இரண்டு கல்வெட்டுகள் இருக்கின்றன; ஒன்று வடமொழிக் கல்வெட்டு; மற்றது தமிழ்க் கல்வெட்டு.

> **"தொண்டையந் தார்வேந்தன் நரேந்திரப் போத்தரையன்**
> **வெண்பேட்டின் தென்பால் மிகமகிழ்ந்து - கண்டான்**
> **சரமிக்க வெஞ்சிலையான் சத்ருமல் லேசமென்'(று)**
> **அரனுக் கிடமாக அன்று"**[1]

என்பது தமிழ்க் கல்வெட்டாகும்.

6. மண்டபப் பட்டு

இவ்விடம் புதுவைக்கு அடுத்த சின்னபாபு சமுத்திரம் என்ற புகைவண்டி நிலையத்திற்குத் தெற்கே இரண்டு கல் தொலைவில் உள்ளது. இங்குள்ள மஹேந்திரனது வடமொழிக் கல்வெட்டு, கோவில் வாயிலிற் பொறிக்கப்பட்டுள்ளது. அது தென் இந்தியக் கோவில் வரலாற்றுக்கு மிகவும் முககியமானதாகும்.

"பிரம்மா, ஈஸ்வரன், விஷ்ணு ஆகியவர்கட்கு இருப்பிடமாகிய இக்கோவில் - கல் இல்லாமலும், மரம் இல்லாமலும், உலோகம் இல்லாமலும், சுண்ணாம்பு இல்லாமலும் விசித்திரசித்தன் என்னும் அரசனால் செய்யப்பட்டது."

இக்கோவிலில் மூன்று உள்ளறைகள் உள்ளன. வாயிற் காவலர் பிடித்துள்ள கதைகளிற் பாம்புகள் சுற்றிக் கொண்டிருக்கின்றன.

---

1 'சத்ருமல்லன்' என்ற விருதுப்பெயருடைய மஹேந்திரன் அமைத்த ஈஸ்வரம் (சிவன் கோவில்).

7. சீயமங்கலம்[1]

து வட ஆர்க்காடு ஜில்லாவில் வந்தவாசித் தாலுகாவில் தேசூருக்கு ஒரு கல் தெற்கே உள்ளது. இங்குள்ள கோவில், பல இருட்டறைகளைத் தாண்டி அப்பால் உள்ளது. இங்குள்ள தூணில், 'அவனிபாஜன பல்லவேஸ்வரம் என்னும் பெயர் கொண்ட இக்கோவில், லளிதாங்குரனால் குடையப்பட்டது' என்பது வெட்டப் பட்டிருக்கிறது. இங்குள்ள லிங்கமும் வாயிற்காவலர் உருவங்களும் வல்லத்தில் உள்ளவற்றை ஒத்துள்ளன. குகையின் இருபுறங்களிலும் சிலைகள் சில காணப்படுகின்றன. அவை உள்ள மாடங்களின் உச்சியில் 'இரட்டைத் திருவாசி' என்னும் தோரணங்கள் செதுக்கப் பட்டிருக்கின்றன.

8. திருச்சிராப்பள்ளி மலைக்கோவில்

இக்கோவில், உச்சிப்பிள்ளையார் கோவிலுக்குப் போகும் பாதையில் இடப்புறம் குடையப்பட்டுள்ளது. மஹேந்திரன் சைவனாக மாறினவுடன் இங்குப் பெரிய சிவலிங்கம் வைத்துச் சிறப்பித்தான் என்பதைச் சென்ற பகுதியில் கூறினோம் அல்லவா? இங்குள்ள சுவர்களில் மிக அழகிய சிற்பங்கள் காணப்படுகின்றன. அவற்றிற் சிறந்தது கங்காதரனைக் குறிப்பது. அதன் முக ஒளியும் நிறமும் நிலையும் கவனிக்கத்தக்கவை. அது, கங்கையை அணிந்த சிவபிரானே நம் எதிரில் நிற்பது போன்ற காட்சியை அளித்து நிற்றல் வியப்பூட்டுவதாகும். சடையிலிருந்து விழுகின்ற கங்கையை வலக்கையில் தாங்கியும், பூணூலாகப் போட்டுள்ள பாம்பின் தலையை மற்றொரு கையாற் பிடித்தும், உருத்திராக்ஷ மாலையைப் பிறிதொரு கையில் பற்றியும், மற்றோர் இடக்கையை இடுப்பில் வைத்தும் சிவபெருமான் நிற்கின்ற காட்சி காணத்தக்கது. கி.பி.7-ஆம் நூற்றாண்டில் நமது தமிழகத்தில் இவ்வளவு அருமையாகக் கற்களில் உருவங்களை அமைக்கும் ஆண்மையாளர் இருந்தனர் எனின், நம் முன்னோர் நாகரிகச் சிறப்பை என்னென்பது!

---

1 'சிம்மவிஷ்ணு சதுர்வேதி மங்கலம்' என்பது இவ்வாறு குறுகிவிட்டது.

9. சமணர் குகைக்கோவில்

சித்தன்ன வாசல்[1] என்பது புதுக்கோட்டைச் சீமையைச் சேர்ந்தது; திருச்சிராப்பள்ளிக்குத் தெற்கே இருபது கல் தொலைவில் இருப்பது. இது நாரத்தாமலைப் புகை வண்டி நிலையத்திலிருந்து இரண்டு கல் தூரத்தில் இருக்கின்றது. இங்குள்ள சிறிய மலைமீதுள்ள சரிவில் மஹேந்திரன் குடைவித்த சமணர் கோவில் இருக்கின்றது. முன் மண்டபத்தில் நான்கு தூண்கள் உண்டு. அவற்றுள் நடுப்பட்ட இரண்டே தனித்து நிற்கின்றன. மற்றவை பாறையின் பகுதியாக இருக்கின்றன. முன்மண்டபச் சுவரில் உள்ள இரண்டு மாடங்களில் சமணப்பெரியார் சிலைகள் இருக்கின்றன. அவற்றுள் ஒன்று சமண தீர்த்தங்கரரான சுபார்சவநாதர் உருவம். உள் அறையின் நடுவில் தீர்த்தங்கரர் மூவர் சிலைகள் வரிசையாகக் காண்கின்றன.சுபார்சவநாதர் சிலை, உள்ளறையில் உள்ள இரண்டு சிலைகள் இவற்றின் முடிகள்மீது முக்குடைகள் காணப்படுகின்றன. முக்குடைகளைப் பெற்றவர் தீர்த்தங்கரர் என்பதும் அவர்கள் பிறவா வரம் பெற்றவர்கள் என்பதும் சமணர் கொள்கை.

தூண்கள்மீது அழகிய நடனமாதர் சிலைகள்' காண்கின்றன. மேற்கூரைமீது சிறந்த ஓவிய வேலைப்பாடு காணப்படுகிறது. இவற்றின் விவரங்களை அடுத்த பிரிவிற் காண்க.

---

1 ''சித்தானம் வாஸஹ்' என்பது சிதைந்து 'சித்தன்ன வாசல்' என்றாயிற்று. 'துறவிகள் இருப்பிடம்' என்பது இதன் பொருள்'' என்று அறிஞர் கூறுவர்.

7. கலை வளர்ச்சி

நாகரிகக் கலைகள்

ஓவியம், சிற்பம், இசை, நடனம், நாடகம் என்பன நாகரிகக் கலைகள் எனப்படும். இவற்றை வளர்க்கும் மக்கள் நாகரிக மக்கள் எனப்படுவர். இவற்றிற் பண்படாதவர் அநாகரிக மக்கள் என்று வரலாற்றிற் குறிக்கப் பெறுவர். ஒரு நாட்டு நாகரிகத்தை அளக்க வை ஐந்தும் பயன்படுகின்றன. இவற்றைக்கொண்டு காணின், மஹேந்திரன் காலத்துத் தமிழகம் சிறந்த நாகரிகத்தில் விளங்கியது என்பதறியலாம். பல்லவப் பேரரசனான மஹேந்திரவர்மன் குடை வித்த வரைக் கோவில்களில் உள்ள ஓவியங்கள், சிற்பங்கள் இவற்றைக் கொண்டு அவன் ஓவியம், சிற்பம், நடனம் இவற்றில் ஆர்வம் உடையவன் என்பதறியலாம்; அவனுடைய கல்வெட்டுகள் சிலவற்றைக் கொண்டு அவனது இசைப் புலமையை நன்குணரலாம்; அவன் இயற்றிய மத்தவிலாஸப் பிரஹஸனம் என்னும் வடமொழி வேடிக்கை நாடகத்தைக் கொண்டு அவன் நாடகப் பிரியன் என்பதை அறியலாம். அரசனே இந்த நாகரிகக் கலைகளிற் பற்றுக் காட்டினன் எனின், அவை அவனது பெருநாட்டில் நன்முறையில் வளர்ச்சியுற்றன என்பதைக் கூறவும் வேண்டுமோ?

ஓவியக் கலை

சென்ற பகுதியிற் கூறப்பட்ட சித்தன்ன வாசல் கோவில் ஒன்றே மஹேந்திரன் கால ஓவிய வளர்ச்சியை விளக்கப் போதுமானது. அக்கோவில் தூண்கள்மீது நடனமாதர் இருவர் உருவங்கள் தீட்டப்பட்டுள்ளன. அவ்வுருவங்கள் மிகவும் அழகாக அமைந்துள்ளன. அவை இரண்டும் கோவிலுக்கு வருபவரை மலர்முகத்தோடு வரவேற்பனபோல அமைந்துள்ள அருமைப்பாடு வியப்பூட்டுவதாகும்.

கூந்தலும் அணிகளும்

வலத்தூண் மீதுள்ள ஓவியம் நன்னிலையில் இருக்கின்றது. நடிகையின் தலை வேலைப்பாடு கொண்டுள்ளது. கூந்தல், நடுவில் பிரிக்கப்பட்டு வாரித் தலைமீது முடியப் பட்டுள்ளது. அம்முடிப்புச் சில நகைகளாலும் பல நிற மலர்க் கொத்துகளாலும் கொழுந்து இலைகளாலும் அழகு செய்யப்பட்டுள்ளது, கண்ணைக் கவரத்தக்கதாக இருக்கின்றது. கல் இழைக்கப்பெற்ற காதணிகள். வளையங்களாகத் தொங்குகின்றன. பலதிறப்பட்ட கழுத்தணிகள் சிறந்த வேலைப்பாட்டுடள் விளங்குகின்றன. கையில் வளையல், கடகம் முதலியன அணி செய்கின்றன. கைவிரல்களில் மோதிரங்கள் விளக்கம் செய்கின்றன.

மேலாடை

இரண்டு மேலாடைகள் காண்கின்றன. அவற்றில் ஒன்று மேலாக இடையிற் கட்டப்பட்டிருக்கிறது. மற்றொன்று தோள் சுற்றிப் பின்னே சுற்றப்பட்டிருக்கிறது. இந்த மேலாடைகள் மிக்க வனப்புடைய தோற்றத்தை அளிக்கின்றன. இவற்றின் சுருக்கம் முதலிய அமைப்புகள் தெளிவாகவும் ஒழுங்காகவும் ஓவியத்திற் காட்டப் பட்டிருத்தல், அக்கால ஓவியக்கலை நுட்பத்தை நன்கு விளக்குவதாகும்.

மற்றொரு நடிகை

இடப்பக்கத் தூண்மீதுள்ள நடிகை உருவம் முன் சொன்னதைவிட அழகாகவும் மென்மைத் தோற்றம் உடையதாகவும் இருக்கின்றது. அவளது மயிர்முடி முன்னதைவிடச் சிறிதளவு வேறுபட்டுக் காண்கிறது. அணி, உடைவகைகளில் வேறுபாடு இல்லை. இவ்விரு நடனமாதர்க்கும் மூக்கணி இல்லை. பல்லவர் காலப் பெண் ஓவியங்களுக்கு மூக்கணியே இல்லை என்பது கவனிக்கத்தக்கது.

இவற்றால் அறியத்தக்கன

இவ்விரண்டு ஓவியங்களாலும் அக்காலப் பெண்மணிகள் அணிந்துவந்த நகை வகைகள், உடுத்துவந்த உடை விசேடங்கள், செய்துகொண்ட கூந்தல் ஒப்பனை முறைகள், நடனக்கலை நுட்பங்கள் முதலியவற்றை ஒருவாறு அறிந்து இன்புறலாம்.

நடிக மாதர் ஓவியங்கள்

(சித்தன்ன வாசல் ஓவியங்கள்)

மஹேந்திரவர்மன், அவன் மனைவி

(சித்தன்ன வாசல் ஓவியம்)

அரசன் - அரசி ஓவியங்கள்

வலப்பக்கத்துத் தூணின் உட்புறத்தில் அரசன் ஒருவனது தலையும் அவன் மனைவி தலையும் ஓவியமாகத் தீட்டப்பட்டுள்ளன. அரசன் கழுத்தில் பலவகை மணிமாலைகள் இருக்கின்றன. காதுகளில் குண்டலங்கள் தொங்குகின்றன. தலைமீது மணிமகுடம் அழகுறக் காண்கிறது. முகம் பெருந்தன்மையும் பெருந்தோற்றமும் கொண்டதாகக் காணப்படுகிறது. இம்முகம் ஆதிவராகர் கோவிலில் உள்ள மஹேந் திரவர்மன் முகத்தை ஒத்துள்ளது. அரசி மஹேந் திரனுடைய பட்டத்து ராணியாவள். அவளது கூந்தல் ஒப்பனை செய்யப்பட்டுத் தலைமீது முடியப்பட்டுள்ளது.

கூரையில் உள்ள ஓவியம்

சித்தன்னவாசல் சிறந்த ஓவியக்கூடம் என்பதற்குப் பெரும் சான்றாக இருப்பது முன் மண்டபக் கூரை மீது அழகொழுகக் காட்சியளிக்கின்ற ஓவியமே ஆகும். அவ்வோவியம் தாமரை லைகளையும் தாமரை மலர்களையும் கொண்ட தாமரைக் குளமாகும். மலர்கட்கும் இலைகட்கும் இடையில் மீன்கள், அன்னங்கள், யானைகள், எருமைகள் இவற்றின் ஓவியங்கள் காண்கின்றன. கையில் தாமரை மலர்களைத் தண்டுடன் தாங்கியுள்ள சமணப்பெரியார் இருவரும், இடக்கையில் பூக்கூடை கொண்டு வலக்கையால் தாமரை மலரைப் பறிக்கும் சமணப் பெரியார் ஒருவரும் சித்திரிக்கப்பட்டுள்ளனர். இந்த ஓவியக் காட்சி மிகவும் அழகானது. இது சமணர் துறக்கத்தைத் குறிப்பதாகச் சிலர் கூறுகின்றனர். ஓவியத்தில் காட்டப்பட்டுள்ள குளத்து நீர் அழகிய தோற்றத்துடன் விளங்குகிறது. தாமரைமலர் ஓவியங்கள் இயற்கை மலர்களைப் பெரிதும் ஒத்திருக்கின்றன. சுருங்கக் கூறின், அங்குள்ள ஓவியங்கள் காண்பவர் கண்ணையும் கருத்தையும் கவரத்தக்கவை. மஹேந்திரன் குடைவித்த முன் சொன்ன எல்லாக் கோவில்களிலும் அவன் காலத்திய ஓவியங்கள் தீட்டப்பட்டு இருந்தன. அவை பல நூற்றாண்டுகள் ஆகிவிட்டமையால் அழிந்துபட்டன. எனினும் அவை இருந்தன என்பதற்கு அடையாளமாகக் கோவிற் சுவர்களில் வர்ணப்படைகள் இருத்தலை இன்றும் காணலாம்.

ஓவியம் தீட்டும் முறை

கற்பாறைகள் மீது இந்த ஓவியங்கள் எவ்வாறு தீட்டப்பட்டன?' என்று நீங்கள் கேட்கலாம் அல்லவா? "சுவர்ப்புறம் மேடு பள்ளம் இல்லாமல் சமமாக இருப்பதற்காகச் சுவர் மீது ஒரு நெல் அளவுக்குச் சுண்ணாம்புச் சாந்து பூசப்படும். பாறை, தன் மீது தீட்டப்படும் நிறத்தை ஏற்றுக்கொள்ளும் தன்மை இல்லாததாதலால், சுண்ணச்சாந்து பூசப்படும். சலித்து எடுக்கப்பட்ட பூமணல், வைக்கோல், கடுக்காய் முதலியவற்றுடன் கலந்து வெல்ல நீருடன் அல்லது பனஞ்சாற்றுடன் அரைக்கப்பட்ட சாந்து சுவரில் அல்லது கூரையில் கெட்டியாகப் பிடித்துக்கொள்ளும். அதை எளிதில் பெயர்க்க முடியாது. ஈரம் காயுமுன்பே ஓவியக்காரன் மஞ்சள் கிழங்கைக்கொண்டு இரேகைகளை வரைந்துகொள்வான். சுண்ணாம்புடன் கலந்த மஞ்சள் நிறம் மாறிச் சிவப்பாகத் தோன்றும்; அழியாமலும் இருக்கும். ஓவியப்புலவன் இரேகைகட்கு நிறங்களைத் தீட்டுவான். அவன் சிவப்பு, மஞ்சள் முதலிய நிறங்களைத் தரும் பச்சிலை நிறங்களையே பயன்படுத்துவான். ஈரம் காய்ந்த பிறகு, சுவர் நன்றாய் உலர்வதற்கு முன்பே, கூழாங்கற்களைக் கொண்டு சுவர்களை வழவழப்பாக்கி மெருகிடுவான். இவ்வாறு தீட்டப்படும் ஓவியம் அழியாது நெடுங்காலம். இருக்கத் தக்கதாகும்.[1]

சிற்பக் கலை

மஹேந்திரன் குடைவித்த வரைக்கோவில்கள் அவன் காலத்துச் சிற்பத்திறனை விளக்குவனவாகும். ஒவ்வொரு கோவிலிலும் உள்ள உருவச்சிலைகள், சுவர்கள் மீதுள்ள வாயிற்காவலர் உருவங்கள், புராணக் கதைகளை விளக்கும் சிற்பங்கள், திருச்சிராப்பள்ளி மலைக் கோவிலில் உள்ள அழகிய வேலைப்பாடு கொண்ட சிற்பங்கள் ஆகிய அனைத்தும் ஏழாம் நூற்றாண்டின் சிற்பக்கலை உணர்வை உலகறியச் செய்வனவாகும். திரிசிரபுரம் மலைக்கோவிலில் உள்ள கங்காதர உருவச்சிலையின் பேரழகு ஒன்றே போதுமன்றோ? அதன் வலக்காலின்கீழ் முயலகனைக் குறிக்கும் சிறிய கற்சிலை ஒன்று காண்கிறது. கங்காதரனைச் சுற்றிலும் அடியார்

1 பி.நா.சுப்பிரமணியன் பல்லவ மஹேந்திரவர்மன்' பக். 107-109

நால்வர் வணங்குவது போலவும் மேற்புறம் கந்தர்வர் இருவர் பாட்டிசைத்தல் போலவும் உள்ள சிற்பங்கள் அழகியவை. சிற்றுளியால் கல்லும் தகர்ந்து கோவிலாக மாறியது; அழகும் பக்தியும் ஒருங்கே ஊட்டும் தெய்வச் சிலைகளும் அமைந்தன. இச்சிலைகள் இன்றைக்குச் சற்றேறக்குறைய 1300 ஆண்டுகளுக்கு முன் செய்யப்பட்டவை. எனினும், இன்று செய்தனபோல வசீகரத் தோற்றத்துடன் இவை காணப்படல், தமிழ்நாட்டுச் சிற்பக்கலையின் பழைய தேர்ச்சி முறையை நன்குணர்த்துவதாகும்.

இசைக் கலை

மஹேந்திரவர்மனது பல்லாவரம் குடைவரைக் கோயில் கல்வெட்டில் “சங்கீர்ண ஜாதி' என்பது காணப்படுகிறது. அது பல்லவனுடைய விருதுப் பெயர்களுள் ஒன்றாகும். தாளவகை ஐந்தாகும். அவற்றுள் ஐந்தாவது 'சங்கீர்ணம்' என்பது.. மஹேந்திரன் அதனைப் புதிதாகக் கண்டறிந்து, அதன் வகைகளையும் ஒழுங்குகளையும் அமைத்தவன் ஆதலால், தன்னைச் 'சங்கீர்ண ஜாதி' என்று அழைத்துக்கொண்டான் என்று அறிஞர் கூறுகின்றனர். இவனது குடுமியான்மலைக் கல்வெட்டு ஒன்று பலவகைப் பண்களையும் தாளவகைகளையும் விளக்கி முடிவில், “இவை எட்டிற்கும் (எட்டு நரம்புகளைக் கொண்ட வீணைக்கும்) ஏழிற்கும் (ஏழு நரம்புகளைக் கொண்ட வீணைக்கும்) உரிய” என்று முடிந்துள்ளது. இதனால், மஹேந்திரன் கண்டறிந்த பண்கள் இருவகை வீணைகட்கும் பயன்படும் என்பது தெரிகிறது. ஏழு நரம்புகளைக் கொண்ட வீணையே எங்கும் இருப்பது. எட்டு நரம்புகளையுடைய வீணை புதியது. அது மஹேந்திரன் கண்டு பிடித்துக் கையாண்டதுபோலும்! மஹேந்திரனை 'இசைப்பித்தன்' என்று சொல்லலாம். இவன் இயற்றியுள்ள மத்தவிலாசப் பிரஹசனத்தில் ஒரு நடிகன் கூறுவதாக இசை நடனங்களின் சிறப்பைக் கீழ்வருமாறு குறித்துள்ளான்: “இசை எனது செல்வம். ஆஹா! நடிப்பவரது அழகிய நடனம் பார்க்க இன்பமாக இருக்கிறது. தாளத்திற்கும் இசைக்கும் ஏற்ப அவர்கள் திறம்பட மெய்ப்பாடுகளை விளக்கி நடிக்கின்றனர்.”

நாயன்மார் இசை

பல்லவர் வருகைக்கு முன்பே நமது தமிழ்நாட்டில் இசை மிக உயர்ந்த நிலையில் இருந்தது. தமிழுக்கே உரிய குரல், துத்தம், கைக்கிளை, உழை, இளி, விளரி, தாரம் என்ற ஏழு வகைப் பண்கள் வழக்கில் இருந்தன; பலவகை இசைக்கருவிகள் இருந்தன. அவை தோற்கருவி, துளைக்கருவி, கஞ்சக்கருவி என்பன. தமிழகத்தில் மகரயாழ், சகோடயாழ், செங்கோட்டியாழ், பேரியாழ் முதலிய யாழ் வகைகள் இருந்தன. யாழில் பாடுநர் 'யாழ்ப்பாணர்' எனப்பட்டனர். திருநாவுக்கரசர் காலத்தில் திருநீலகண்ட யாழ்ப்பாணர் என்பவர் சிறந்த யாழ் மீட்டுபவராக இருந்தார். நாயன்மார் பாடிய திருப்பதிகங்கள் பெரும்பாலும்தமிழ்ப் பண்களில் அமைந்துள்ளன. எனவே, மஹேந்திரன் காலத்தில் வீணையும் யாழும் வழக்கில் இருந்தன; தமிழிசை தமிழகத்திற் சிறப்பிடம் பெற்றிருந்தது என்பன அறியலாம்.

நடனக் கலை

இசையுள்ள இடத்தில் நடனக்கலை நன்கு வளர்ச்சியுறும். மஹேந்திரன் காலத்தில் நடனக்கலை சிறந்திருந்தது என்பதற்கு முன்சொன்ன நடனமாதர் ஓவியங்களிலிருந்தும் மத்தவிலாச நாடகக் கூற்றிலிருந்தும் நன்கறியலாம். மஹேந்திரன் காலத்தில் தில்லையில் நடராசர் சிறப்புற்று விளங்கினார். அவரது நடனத்தில் ஈடுபட்ட திருநாவுக்கரசர் பலவாறு 'நடனக்கலையைச் சிறப்பித்துப் பாடியுள்ளார். நீங்கள் பெரியவர்கள் ஆகிய பிறகு திருநாவுக்கரசர், சம்பந்தர், சுந்தரர் இவருடைய பதிகங்களை ஆராயின், நடனக்கலை பற்றிய உண்மைகள் பலவற்றை அறியலாம்.

நாடகக் கலை

நாடகம் என்பது தமிழிற் 'கூத்து' எனப்படும். அஃது அரசர்க்காடும் (வேத்தியல்) கூத்து என்றும், பொதுமக்கட்கு ஆடும் (பொதுவியல்) கூத்து என்றும், இருவகைப்படும். இக்கூத்து வகைகள் தமிழ் நாட்டிற் பழையனவாகும். மஹேந்திரன் சிறந்த நாடகப்பிரியன் என்பதை அவனது

நாடகநூல் உணர்த்துகிறது. இந்நூல், மஹேந்திரன் காலத்தில் பல சமயத்தாரும் தனிப்பட்ட நிலையில் வாழ்க்கை நடத்திய முறையை ஓரளவு விளங்க உரைப்பதாகும்.

கதைச் சுருக்கம்

ஒழுக்கம் கெட்ட காபாலிக சமயத்தவன்[1] ஒருவன் தன்னைப் போன்ற காபாலினி 'ஒருத்தியுடன் குடித்து மயங்கிக் கிடத்தல்,அப்பொழுது அவன் கையிலிருந்த கபாலத்தை ஒரு நாய் கவர்ந்து ஓடுதல், அதனை அறியாத காபாலிகன் அவ்வழியே சென்ற ஒழுக்கம் கெட்ட பௌத்த துறவியை வழிமறித்துப் பூசலிடல், அப்பூசலைத் தீர்க்க ஒழுக்கம் கெட்ட பாசுபதன் ஒருவன் தோன்றுதல்,இவர்கள் உரையாடல், இறுதியில் வெறியன் ஒருவனிடமிருந்து கபாலத்தைப் பெறுதல் ஆகிய நிகழ்ச்சிகள் நாடக ரூபமாக வரையப் பட்டுள்ளன.

1 கபாலிகம், பாசுபதம் முதலியன சைவ சமய சமயத்தின் உட்பிரிவுகள். இவற்றைச் சமயநிலை' என்னும் பிரிவிற் காண்க.

8. நரசிம்மவர்மன்

போர்ச் செயல்கள்

நரசிம்மவர்மன்

இவன் ஏறத்தாழ, கி.பி. 635இல் பட்டம் பெற்றான் என்னலாம். இவனது வரலாறு மிகவும் முக்கியமான நிகழ்ச்சிகளைக் கொண்டது. இவன் இரண்டாம் புலிகேசியை வென்ற பெருவீரன்; அவனை வென்று, சாளுக்கியர் கோநகரையே கைப்பற்றியவன்; இரண்டுமுறை இலங்கை மீது படையெடுத்தவன்; சிறந்த கடற்படை பெற்றவன்; மஹாபலிபுரத்தைப் புதுப்பித்து அதற்கு 'மஹாமல்லபுரம்' என்று தன் பெயரிட்டவன்; பல்லவப் பெருநாட்டின் பல பகுதிகளில் ஒற்றைக்கல் கோவில்களை அமைத்தவன்; கோட்டை கொத்தளங்களைக் கட்டியவன். இவன் காலத்திற்றான் புகழ்பெற்ற சீன யாத்ரிகரான ஹியூன்ஸங் என்பவர்.காஞ்சிக்கு வந்து தங்கி இருந்தார். இப்பேரரசன் காலத்தில்தான் திருஞான சம்பந்தர் பல்லவர்க்குட்பட்ட சோழ நாட்டிலும், பாண்டிய நாட்டிலும் சைவத்தைப் பரப்பினார். ஆனால் நரசிம்ம வர்மனோ, தன் பெயருக்கேற்ப, வைணவத்தைப் பேணி வளர்த்தான்.

பல்லவர் – சாளுக்கியர் போர்

புலிகேசி படையெடுப்பு

மஹேந்திரனிடம் தோற்றோடின இரண்டாம் புலிகேசி அவன் இறக்கும்வரை காத்திருந்தான்; அவன் மகனான நரசிம்மவர்மன் பட்டம் பெற்ற சில ஆண்டுகட்குள், பண்பட்ட படை ஒன்றைத் திரட்டிக் கொண்டு, பல்லவ நாட்டின் மீது படையெடுத்தான்.

பல இடங்களிற் போர்

புலிகேசி முன்போலவே காஞ்சிக்கருகில் வந்துவிட்டான். பகைவனை வேறு இடங்களில் தாக்காது, தன் பெருநாட்டிற்குள் நன்றாகப் புகவிட்டுப் பிறர் உதவி அவனுக்குக் கிடைக்காதபடி செய்து, சுற்றிவளைத்துக் கொண்டு போரிடலே தக்கது என்ற முறையை முன்னர் மஹேந்திரன் கையாண்டான். சாளுக்கிய சேனை நெடுந்தூரம் வந்ததால் களைப்புற்றிருத்தல் இயல்பே அல்லவா? வழி நடந்து களைத்த படையுடன் சுறுசுறுப்பான பல்லவர் படை போரிடல் ஓரளவு எளிதன்றோ? காஞ்சியை அடுத்துள்ள பரியலம், மணிமங்கலம், சூரமாரம் என்னும் இடங்களில் போர்கள் நடைபெற்றன. போரின். கடுமை கூறுந்தரத்ததன்று. முடிவில் சாளுக்கியன் படை நிலைதளர்ந்து வடமேற்கு நோக்கி ஓடத் தொடங்கியது.

பல்லவன் அதனை விட்டிலன். அவன் சாளுக்கியனை விரட்டிச் சென்றான்; புலிகேசி பல்லவ நாட்டைக் கடந்து தன் நாட்டிற்குள் ஓடி ஒளிந்தான். எனினும், பல்லவர் படை விட்டிலது. அது சாளுக்கிய நாட்டைப் பாழாக்கி, அதன் தலைநகரமான புகழ்பெற்ற வாதாபியைக் கைப்பற்றியது; நகர நடுவிடத்தில் வெற்றித்தூண் ஒன்று நாட்டப்பட்டது. அதனில். நரசிம்மவர்மன் பெயர் பொறிக்கப்பட்டது.

இப்போரில் கலந்துகொண்டவர்

இரண்டாம் புலிகேசி பகை அரசர் மூவரால் தோற்கடிக்கப்பட்டான்' என்று சாளுக்கியர் பட்டயம் கூறுகின்றது. அதில் குறிக்கப்பட்ட மூவர் யாவர்? ஒருவன் பல்லவப் பேரரசனான நரசிம்மவர்மன்; மற்றொருவன் அவனது மரபினனும் ஆந்திரநாட்டைப் பல்லவனுக் கடங்கி ஆண்டுவந்த (சிம்மவிஷ்ணு தம்பி மரபினனான) பல்லவ அரசனாக இருக்கலாம். மூன்றாம் அரசன் யாவன்? அவனே மானவன்மன் என்ற இலங்கை அரசன். அவன் பகைவனால் அரசிழந்து இலங்கையை விட்டுப் பல்லவனிடம் உதவிக்காக வந்தவன். அவன் பல்லவனுடன் காஞ்சியில் தங்கியிருந்த பொழுதுதான் இரண்டாம் புலிகேசி படையெடுத்தான். ஆகவே, மானவன்மன் பல்லவன் படைகளில் ஒரு பகுதிக்குத் தலைமை பூண்டு போர் புரிந்திருக்கலாம்.

பல்லவர் பட்டயங்கள்

இப்பல்லவர் சாளுக்கியர் போரைப்பற்றிப் பல்லவர் பட்டயங்கள் கூறுவன கவனிக்கத்தக்கன:-

1. "இப்பல்லவர் மரபில், கீழ்மலையிலிருந்து சூரியனும் சந்திரனும் தோன்றினாற்போல நரசிம்மவர்மன் தோன்றினான். அவன் வணங்காமுடி மன்னர்களுடைய முடியில் இருக்கும் சூடாமணி போன்றவன்; தன்னை எதிர்த்த யானைக் கூட்டத்திற்குச் சிங்கம் போன்றவன்; நரசிங்கப் பெருமானே அவதாரம் எடுத்தாற் போன்றவன்; சேர, சோழ, பாண்டிய, களப்பிரரை அடிக்கடி முறியடித் தவன்; பல போர்கள் புரிந்தவன். அப்பெருமகன் பரியலம், மணிமங்கலம், சூரமாரம் முதலிய இடங்களில் நடந்த போர்களில் புலிகேசியைத் தோற்றோடச் செய்தவன். அவன் ஓடும்பொழுது 'வெற்றி' என்னும் சொல்லை அவனது முதுகாகிய பட்டயத்தில் எழுதியவன்."[1]

2. "நரசிம்மவர்மன் வாதாபியை அழித்த அகத்தியனைப் போன்றவன்; அடிக்கடி வல்லப அரசனைப் பரியலம், மணிமங்கலம், சூரமாரம் முதலிய இடங்களில், நடந்த போர்களில் வென்றவன்; வாதாபியை அழித்தவன்."[2]

3. "விஷ்ணுவைப் போன்ற புகழ்பெற்ற நரசிம்மவர்மன் தன் பகைவரை அழித்து, வாதாபியின் நடுவில் தன் வெற்றித்தூணை நாட்டியவன்."

வாதாபி கொண்டது

'வாதாபி' என்ற அசுரனைக் கொன்றழித்த அகத்தியனைப் போன்றவன் நரசிம்மவர்மன்" என்று பட்டயம் குறிப்பதால், நரசிம்மவர்மன் வாதாபியை அழித்தான் என்பது பெறப்படுகின்றது. இதனால், பல்லவன், சாளுக்கியன் மீதிருந்த பகைமையை அவனது தலைநகரத்தை அழித்துத் தீர்த்துக்கொண்டான் என்பது தெரிகிறது. ஆனால் முழு நகரமும் அழிக்கப்படவில்லை.

---

1 கூரம் பட்டயம். 2. உதயசந்திரமங்கலப் பட்டயம்.
3. வேலூர்ப் பாளையப் பட்டயம்.

அழகிய பழைய கட்டடங்கள் பல பிற்காலத்திலும் இருந்தன. இப்படையெடுப்பு ஏறத்தாழ கி.பி. 642இல் நடந்தது. நரசிம்மவர்மன் நாட்டிவைத்த வெற்றித் தூணில் அவனது 13-ஆம் ஆட்சியாண்டு குறிக்கப்பட்டுள்ளது. எனவே, வாதாபி நரசிம்மவர்மன் கையில் 13 ஆண்டுகளேனும் இருந்திருத்தல் வேண்டும் என்பது தெரிகிறது. இவ்வெற்றிக்குப் பிறகு நரசிம்மவர்மன், "வாதாபி கொண்ட நரசிம்மவர்மன்" என்று அழைக்கப்பட்டான்.

படைத்தலைவர் பரஞ்சோதியார்

"நரசிம்மவர்மன் ஆட்சியில் படைத்தலைவராக இருந்தவர் பரஞ்சோதியார் என்பவர்.அவர் மஹாமாத்திரர் மரபில் வந்தவர். அவரே பல்லவர்- சாளுக்கியர் போரில் கலந்துகொண்டவர்; சாளுக்கியனைத் துரத்திக்கொண்டே சென்று வாதாபியைக் கைப்பற்றி யானைகளைக் கொண்டு அழித்தவர்; அங்கிருந்த யானைகள் - பரிகள் - பொன்- மணிகள் முதலியவற்றைக் கைப்பற்றித் தம் அரசனிடம் சேர்ப்பித்தனர்" என்று பெரிய புராணத்துள் சேக்கிழார் கூறியுள்ளார்.

"மன்னவர்க்குத் தண்டுபொய் வடபுலத்து வாதாபித்
தான்னகரம் துகளாகத் துளைநெடுங்கை வரையுகைத்தும்
பன்மணியும் நிதிக்குவையும் பகட்டினமும் பரித்தொகையும்
இன்னனஎண் ணிலகவர்ந்தே இகலரசன் முன்கொணர்ந்தார்."

இப்போருக்குப் பின்னர் இப்பரஞ்சோதியார் அரசனிடம் பல வரிசைகள் பெற்றுத் தம் சொந்த ஊராகிய திருச்செங்காட்டங்குடியிற் குடியேறினார்; அங்குக் 'கணபதி ஈஸ்வரம்' என்ற சிவன் கோவிலைக் கட்டிச் சிவ வழிபாட்டில் காலம் கழித்துவந்தார்.

பல்லவர் - பாண்டியர் போர்

நரசிம்மவர்மன் 'சோழ, பாண்டிய, களப்பிரரை வென்றவன்' என்று முன்சொன்ன பல்லவர் பட்டயம் பகர்கின்றது. அக்காலத்தில் இருந்த பாண்டிய மன்னன் நெடுமாறன் (கி.பி.640-680) என்பவன். அவன் மனைவியே சைவப் பெண்மணியாரான மங்கையர்க்கரசியார்.ஆகவே, நெடுமாறன்

காலத்தில் மங்கையர்க்கரசியார் தந்தை அல்லது உடன்பிறந்தான் சோழ அரசனாக இருந்திருத்தல் வேண்டும். இவர்கள் சோழ நாட்டைக் கவர்ந்த பல்லவரை எதிர்க்கத் தக்க சமயம் பார்த்து வந்தனர் போலும்! புலிகேசி வடக்கே இருந்து பல்லவ நாட்டைத் தாக்கிய பொழுது, இவர்கள் ஒன்றுசேர்ந்து தெற்கே இருந்து பல்லவனைத் தாக்கி இருக்கலாம். அதனாற் போலும், நரசிம்மவர்மன் சாளுக்கியனைத் துரத்திக் கொண்டு வாதாபி செல்லாமல், பரஞ்சோதியாரை அனுப்பிவிட்டுத் தான் தமிழரசரை எதிர்க்க நின்றுவிட்டான்! 'நெடுமாறன் சங்கரமங்கையில் பல்லவனைப் புறங்கண்டவன்' என்று பாண்டியர் பட்டயம் குறிக்கின்றது. இதனால், இரண்டோர் இடங்களில் பாண்டியன் வெற்றி பெற்றிருக்கலாம்; ஆயினும் தமிழரசர் முயற்சி பலன் அளித்திலது.

பல்லவர் - கங்கர் போர்

நரசிம்மவர்மன் காலத்தில் கங்க அரசனாக இருந்த வன் துர்விநீதன் என்ற முதியவன். அவன் சிம்மவிஷ்ணு காலத்திலும் மஹேந்திரவர்மன் காலத்திலும் கங்க அரசனாக இருந்தவன். அவன் தன் மகளை இரண்டாம் புலிகேசிக்குக் கொடுத்து உறவு கொண்டாடினான். இரண்டாம் புலிகேசி மாண்ட பிறகு அரச பதவியைப்பற்றி அவன் மக்கள் மூவர்க்குள் போர் நடந்தது. அவர்கள் சந்திராதித்தன், ஆதித்தவர்மன், (முதலாம்) விக்கிரமாதித்தன். என்பவர்கள். சந்திராதித்தன் திடீரென இறந்தான். எஞ்சியிருந்த இருவரும் பூசல் இட்டனர். அவருள் விக்கிரமாதித்தன் தன் பாட்டனான கங்க அரசன் துணையை நாடினான். ஆதித்தவர்மன் பல்லவன் உதவியை விரும்பினான். பல்லவன் ஒரு படையை அவனுடன் அனுப்பினான் போலும்! முடிவில் விக்கிரமாதித்தன் சாளுக்கிய அரசன் ஆனான். பல்லவனால் அனுப்பப் பட்ட படையுடன் ஆதித்தவர்மனைத் துர்விநீதன் வென்றமையால், தான் நரசிம்மவர்மனையே வென்று விட்டதாக அவன் பட்டயத்திற் குறித்துக்கொண்டான். அவன் பல்லவனையே வென்றது உண்மையாக இருப்பின், கங்கனது செல்வாக்குப் பல்லவ நாட்டிற் பரவி இருக்கவேண்டும் அல்லவா? அங்ஙனம் ஒன்றும் ஏற்பட்டதாகத் தெரியவில்லை.

இலங்கைப் போர் - I

புலிகேசியுடன் நடந்த போரில் நரசிம்மவர்மனுக்கு உதவியாக இருந்த மானவன்மன் இலங்கை அரசன் என்று சொன்னோம் அல்லவா? அவனை அட்டதத்தன் என்றவன் துரத்திவிட்டு அரசைக் கைப்பற்றிக் கொண்டான். அதனால் மானவன்மன் பல்லவன் உதவியை நாடினான். பல்லவன் அவனுடைய நற்பண்புகளில் ஈடுபட்டு மகிழ்ந்தவன்; ஆதலால் அவனுக்கு உதவிசெய்ய விரும்பித் தன் கப்பற்படையை அவனுடன் இலங்கைக்கு அனுப்பினான். படை உதவிபெற்ற மானவன்மன் இலங்கையில் இறங்கிப் பகைவனுடன் போரிட்டான்; முதற்போரில் வெற்றி பெற்றான்; அடுத்த போரில் தோல்வியுற்றான். தம் வேந்தன் நேரே இல்லாததால் பல்லவன் படையும் கடுமையாகப் போர்புரியவில்லை போலும்! மானவன்மன் மீட்டும் காஞ்சிக்குத் திரும்பினான்.

இலங்கைப் போர் - II

அவனது தோல்வியைக் கேட்ட பல்லவன் மனம் வருந்தினான்; வன்மை மிக்க படைவீரரை மாமல்ல புரத்திற்கு அனுப்பினான். அரசனும் அங்குச்சென்றான். கப்பல்கள் வீரரை ஏற்றிச்செல்லக் காத்திருந்தன. வேந்தன் தானும் அவ்வீரருடன் கப்பலில் வருவதாக நடித்தான்.எல்லா வீரரும் உணர்ச்சியோடு பிரயாணம் செய்தனர்; இலங்கையை அடைந்தனர்; தம் அரசன் கப்பலில் இருப்பதாக எண்ணிக்கொண்டு, கடுமையாகப் போரிட்டனர்; அட்டதத்தன் படைகளை அலற அடித்தனர். அட்டதத்தன் மறைந்தான். மானவன்மன் முன்போல் இலங்கை அரசனாக முடி சூட்டப்பட்டான்.

நரசிம்மவர்மனது இலங்கை வெற்றியைப்பற்றிப் பல்லவர் பட்டயம் ஒன்று, "நரசிம்மவர்மன் இலங்கையில் பெற்ற வெற்றி, இராமன் இலங்கையில் பெற்ற வெற்றியைப் போன்றது," என்று பாராட்டியுள்ளது.

9. கோவில்களும் சிற்பங்களும்

கோவில் அமைப்பும் தூண்களும்

நரசிம்மவர்மன் தன் தந்தையைப் போலவே கோவில்கள் அமைப்பதில் விருப்பங்கொண்டவனாக இருந்தான்.. இவன் முதலில் தந்தையைப் பின்பற்றிக் குடைவரைக் கோவில்களை அமைத்தான்; பிறகு பாறைகளையே கோவில்களாக அமைத்தான். இவனுடைய கோவில்களில் இவனுடைய விருதுப்பெயர்கள் பொறிக்கப்பட்டுள்ளன. கோவில் முன் மண்டபச் சுவர்களில் அழகிய சிலைகளும் வரிசை வரிசையாக அன்னப் பறவைகளும் சிறுமணிக் கோவைகளும் செதுக்கப் பட்டிருக்கும். மஹேந்திரன் தூண்கள் நீள் சதுரமாக இருக்கும். ஆனால், இவனுடைய தூண்கள் அங்ஙனம் இரா. அவற்றின் போதிகைகள் உருண்டு காடிகள் வெட்டி இருக்கும். போதிகைக்குக் கீழ் - தூணின் மேற்புறம் உருண்டும் பூச்செதுக்கப்பட்டும் இருக்கும். தூண்களின் அடிப்பாகம் அமர்ந்த சிங்க உருவமாக இருக்கும்; சிங்கங்கள் தலைமீது தூண்கள் நிற்பனபோன்ற காட்சி அளிக்கும். சிங்கங்கள் திறந்த வாயுடன் இருக்கும். இத்தகைய சிங்கத் தூண்களைக் காஞ்சி - வைகுந்தப் பெருமாள் கோவிலிற் காணலாம்.

1. குடைவரைக் கோவில்கள்

நாமக்கல் கோவில்

சேலம் ஜில்லாவில் உள்ள நாமக்கல் மலையில் வனது குடைவரைக் கோவில் ஒன்று இருக்கின்றது. அது பெருமாள் கோவில். அதன் சுவர்களில் புராணக் கதைகளை விளக்கும் சிற்பங்கள் அழகிய வேலைப்பாட்டுடன் விளங்குகின்றன.

திருச்சிராப்பள்ளி மலைக்கோவில்

இம்மலையின் தென்மேற்கு மூலையில் உள்ள குடைவரைக் கோவில் இம்மன்னன் காலத்தது. அதுவும் பெருமாள் கோவிலே ஆகும்.அதன் மூன்று சுவர்களிலும் உள்ள சிற்பங்கள் பார்ப்பவர்க்குத் திகைப்பூட்டவல்ல அற்புத வேலைப்பாடு கொண்டவை. சிவன், பிரமன், இந்திரன், துர்க்கை, கணபதி என்பவர் உருவங்கள் நன்கு செதுக்கப்பட்டுள்ளன. கோவில்முன் மர விட்டங்கள் போலக் கல்லில் அமைத்துள்ள வேலைப்பாடு கண்டு களிக்கத்தக்கது. இக்கல் விட்டங்களின் நுனியில் பெருவ வயிறு கொண்ட 'குபேரன்' உருவங்கள் செதுக்கப்பட்டிருக்கின்றன.

பிற கோவில்கள்

திரிசிரபுரத்தை அடுத்த திருவெள்ளறை, குடுமியான் மலை, திருமெய்யம் ஆகிய இடங்களில் உள்ள குடைவரைக் கோவில்களில் வைணவ சம்பந்தமானவை இவன் காலத்தனவாகும்.

மாமல்லபுரத்து மண்டபங்கள்

மாமல்ல புரத்தில் உள்ள மகிடாசுர மண்டபம், வராக மண்டபம், திரிமூர்த்தி மண்டபம் ஆகிய மூன்றும் நரசிம்மவர்மன் அமைத்த குடைவரைக் கோவில்களே ஆகும். இவற்றில் உள்ள சிற்பங்கள் கண்ணைக் கவரத்தக்கவை. வராக அவதாரம், வாமன அவதாரம், கஜலக்ஷ்மி, துர்க்கை இவர்தம் உருவச்சிலைகள் அழகிய வேலைப்பாடு கொண்டவை.

சாளுக்கிய வேலைப்பாடு

இக்கோவில் அமைப்பு, தூண்கள் அமைப்பு, மேற்சொன்ன சிற்பங்களின் வேலைப்பாடு இவை அனைத்தும் சாளுக்கியருடைய கோவில்களை நன்கு பார்வையிட்ட பிறகு உண்டானவை. நரசிம்மவர்மன் வாதாபியைப் பதின்மூன்று வருடகாலம் கைக்கொண்டிருந்தான். அல்லவா? அக்காலத்தில் சாளுக்கிய நாட்டிலிருந்த குடைவரைக் கோவில்களையும் சிற்ப வேலைப்பாட்டையும் கண்டு மகிழ்ந்து, அந்த

அழகிய அமைப்பில் மேற்சொன்னவற்றை அமைத்திருத்தல் வேண்டும். இவ்வேலைக்குச் சாளுக்கிய நாட்டுச் சிற்பிகளும் பயன்படுத்தப்பட்டிருக்கலாம்.

2. ஒற்றைக்கல் கோவில்கள்

இவை கோவில்கள்' என்பதை அறியாமல் மாமல்லபுரத்து மக்கள் 'தேர்கள்' எனத் தவறாக வழங்கினர். இவை ஐந்தாக இருத்தலைக் கண்டு தருமராஜன் தேர், பீமசேனன் தேர், அர்ச்சுனன் தேர், சகதேவன் தேர், திரௌபதி தேர் எனப் பெயரும் இட்டுவிட்டனர். இதனைப் பின்பற்றியே ஆராய்ச்சியாளரும் சுட்டி விளக்கலாயினர். இவற்றை ஒவ்வொன்றாகக் காண்போம்.

1. தருமராஜன் தேர்

இது சிவன் கோவில் ஆகும். இது மூன்று தட்டுகளைக் கொண்ட விமானத்தை உடையது. ரண்டாம் தட்டின் நடுவில் மாடப்புரை வெட்டப்பட்டுள்ளது. அதன் அடியில் சோமாஸ்கந்தர் உருவம் செதுக்கப்பட்டிருக்கிறது. இக்கோவில் விமானம் ஆராய்ச்சிக்குரியது. இதன் வளர்ச்சியே காஞ்சி - கயிலாசநாதர் கோவில் விமானமாகும்; அதன் வளர்ச்சியே தஞ்சை இராஜராஜேஸ்வரத்தின் விமானமாகும்.

2. பீமசேனன் தேர்

இதுவும் சிவன் கோவிலே ஆகும். இதன் மேற்கூரை அமைப்பும் சாளர அமைப்பும் பௌத்த விஹாரம் அமைப்பை ஒத்துள்ளன. விமானத்தைச் சுற்றி வழி விடப்பட்டிருக்கிறது. மேல் இடம் 45 அடி நீளம் உடையது; 25 அடி அகலம் உடையது; 26 அடி உயரம் உள்ளது. இதன் தூண்கள் சிங்கத் தூண்கள்.

3. அர்ச்சுனன் தேர்

இது தருமராஜன் தேரைப் போன்றது. இதுவும் சிவன் கோவிலே ஆகும். இது புத்தப்பள்ளி அமைப்பைக் கொண்டுள்ளது; பதினொரு சதுர அடி அமைப்புடையது. இதன் விமானம் நான்கு நிலைகளைக் கொண்டதாகும்.

4. சகதேவன் தேர்

இது பௌத்தர் கோவிலைப்போன்ற அமைப்புடையது. சாளுக்கிய நாட்டில் 'அய்ஹொளே' என்னும் இடத்தில் உள்ள துர்க்கையின் கோவில் இந்த அமைப்புடன் காண்கின்றது. இதுபோன்ற விமானம் திருத்தணிகையில் இருக்கின்றது. அது 'தூங்கானை மாடம்' போன்ற அமைப்புடையது.

5. திரௌபதி தேர்

இது கிராமதேவதையின் கோவில் போன்றது. இதன் அடித்தளம் பதினொரு சதுர அடி உயரம் பதினெட்டு அடியாகும். இங்குள்ள துர்க்கைச் சிலையில் அமைந்துள்ள வேலைப்பாடு வியக்கத்தக்கது. கல்யானை, கல்சிங்கம், நந்தி என்பன பார்க்கத்தக்கவை; அழகிய உருவில் அமைந்திருப்பவை.

3. சிற்பங்கள்

மகிடாசுர மண்டபம்

துர்க்கையம்மன் மகிடாசுரனைக் கொல்வதாகக் காட்டப்பட்டுள்ள சிற்பம் நரசிம்மவர்மன் காலத்தில் வேறெந் நாட்டிலும் காணப்படாததாகும். எனவே, அது பல்லவர்க்கே உரிய தனிச் சிற்பமாகும். துர்க்கை தன் வாகனமான சிங்கத்தின்மீது அமர்ந்து, எருமைத்தலை கொண்ட அசுரன்மீது அம்புகளைப் பொழிகின்றாள். அவளைச் சுற்றிலும் அவளுடைய படைவீரர் நிற்கின்றனர். அவ்வாறே அசுரனைச் சூழ அவனுடைய வீரர் நிற்கின்றனர். இப்படைகள் இருத்தல் இக்காட்சியைச் சிறப்பிக்கின்றது. இக்காட்சியை அமைத்த சிற்பிகள் கூரிய அறிவும் சிற்பத்திறனும் வாய்க்கப்பெற்றவர்கள் என்பதில் ஐயமில்லை.

கோவர்த்தன மலை

தனிப்பாறைகள் மீது செதுக்கப்பட்டுள்ள காட்சிகள் சில, நரசிம்மவர்மன் காலத்தன என்று அறிஞர் கருதுகின்றனர். அவற்றுள் ஒன்று கண்ணன் கோவர்த்தன மலையை எந்திக் கோபாலரையும் பசுக்களையும் காக்கும் காட்சியாகும். மலையைத் தாங்கியுள்ள கண்ணனும் அவன் பக்கத்தில் நின்றுள்ள பலராமனும் பெரியவராகக் காட்டப்பட்டுள்ளனர். மற்றவர் உருவிற் சிறியவராகக் காண்கின்றனர். அம்மக்களுடைய கவலைகொண்ட முகமும் சிறிது தெளிவுற்ற மனநிலையும் நன்கு காட்டப்பட்டுள்ளன. இவ்வுருவங்கட்கு இடையே ஆயர் வாழ்க்கையைக் குறிப்பிடும் சில காட்சிகள் காட்டப்பட்டுள்ளன. அவற்றுள் ஒன்று கறவைக்காட்சி.ஒருவன் பால் கறக்கிறான்; பசு தன் கன்றை நக்குகிறது. இந்தச் சிற்ப வேலைப்பாடு தெளிவாகவும் அழகாகவும். அமைந்துள்ளது..

கங்கைக் கரைக் காட்சி

இஃது 'அர்ச்சுனன் தவம்' எனத் தவறாகக் கூறப்படுகிறது. இங்குள்ள காட்சிகளுள் குறிப்பிடத் தக்கவை ஆறு, அதன் நடுவில் நாகர் நீராடுதல் மறையவன் ஒருவன் தண்ணீரை ஆற்றில்

முகந்து செல்லல் -மான். ஒன்று நீர் அருந்த ஆற்றாண்டை வருதல் ஆற்றுக்கு மேற்புறம் இரண்டு அன்னப் பறவைகள் நீராட நிற்றல் - கீழ்ப்புறம் உள்ள பெருமாள் கோவிலைச் சுற்றித் தவத்தவர் பலர் இருத்தல் -இத்தவமுனிவரைக் கண்டு பூனை ஒன்று பின் கால்கள் மீது நின்று முன்கால்களைத் தலைக்கு மேல் சேர்த்து யோக நிலையில் நிற்றல் அதனைக் கண்ட எலிகள் அச்சம் நீங்கி மரியாதையோடு அதனைப் பணிதல் என்பன. இக்காட்சிகள் கண்ணைக் கவரத் தக்கவையாகும். இவை மயமலை அடிவாரத்தில் கங்கைக்கரைக் காட்சிகள் என்பது அறிஞர் கருத்து. பூனை தவம் செய்தலைக் காட்டிக் காண்பார்க்கு நகைச்சுவை ஊட்டிய சிற்பிகளின் நுண்மதி பாராட்டற் பாலதன்றோ?

விருதுப் பெயர்கள்

நரசிம்மன் இங்ஙனம் அமைத்த குகைக் கோவில்களிலும் ஒற்றைக்கல் கோவில்களிலும் தன் விருதுப்பெயர்களை வெட்டுவித்தான். அவற்றுள் குறிக்கத் தக்கவை - மஹாமல்லன், ஸ்ரீபரன், ஸ்ரீமேகன், ஸ்ரீநிதி, இரணஜயன், அத்தியந்தகாமன், அமேயமாயன், நயநாங்குரன் என்பனவாகும்.

மஹாமல்லபுரம்

மஹாமல்லன் என்ற நரசிம்மவர்மன் தன் பெருநாட்டுக் கடற்றுறைப் பட்டினமான மல்லையைப் புதுப்பித்து, அதற்கு மஹாமல்லபுரம் என்று தன் பெயரிட்டான். அப்பெயர் நாளடைவில் சிதைந்து 'மஹாபலிபுரம், மாவலிவரம்' எனப் பலவாறு வழங்குகின்றது. மஹாபலிக்கும் இந்நகரத்திற்கும் யாதொரு தொடர்பும் இல்லை என்பது அறியத்தக்கது.

10. மஹாமல்லன் ஆட்சி

கட்டடப் பிரியன்

மஹாமல்லனான நரசிம்மவர்மன் கட்டடங்கள் அமைப்பதில் பேரவாக் கொண்டவன். அவன் சிறந்த வைணவன் ஆதலின், தந்தை எடுப்பித்த குடைவரைக் கோவில்களுக்கு அண்மை மையிலேயே பெருமாள் கோவில்களைக் குடைவித்து மகிழ்ச்சி கொண்டான்; மல்லையை 'மஹாமல்லபுரம்' என்று பெயரிட்டு புதுக்கி அமைத்தான். அஃது அவனது ஆட்சியில் முதல்தரமான கடற்றுறைப் பட்டினமாக விளங்கியது; பல்லவர் கடற்படை தங்குவதற்கேற்ற வசதிபெற்று இருந்தது. மஹாமல்லன் பல இடங்களிற் கோட்டைகளைக் கட்டினான். அவற்றுள் பல்லவப் பெருநாட்டின் தென்கோடியில் அமைந்திருந்தது. திருச்சிராப்பள்ளி ஜில்லாவில் உள்ள லால்குடியை அடுத்துப் பெருவள நல்லூர் இருக்கின்றது. அதனை அடுத்துப் பல்லவரம் (பல்லவ புரம்) என்னும் சிற்றூர் உள்ளது. அங்குள்ள பாறைமீது நரசிம்மவர்மன் அமைத்த கோட்டை ஒன்று இருந்தது. அஃது இப்பொழுது முழுவதும் அழிந்து மறைந்து விட்டதெனினும், அதன் அடிப்படையை இன்றும் அங்கு காணலாம். பல்லவர் காலத்துப் பெரிய செங்கற்கள் இன்றும் கிடைக்கின்றன. அப்பல்லவபுரக் கோட்டை பல்லவப் பெருநாட்டின் தென்பகுதியைக் காக்க உதவியாக இருந்தது.

சீன யாத்ரிகர்

புத்தர் பெருமான் அருள் சமயமாகிய பௌத்த சமயம் சீன நாட்டில் பரவினது. சீனர் பலர் பௌத்த பிக்ஷுக்கள் ஆயினர். அவருட் சிலர் புத்தர் பெருமான் பிறந்து வளர்ந்த இந்திய நாட்டை நேரில் கண்டு மகிழ இந்தியாவிற்கு வந்தனர்; வட இந்தியாவில் பௌத்த க்ஷேத்திரங்களாக இருந்த இடங்கட்கெல்லாம் சென்று பார்வையிட்டனர்; அங்ஙனமே தென் இந்தியாவையும் பார்வையிட முனைந்தனர்; பௌத்த

சமயம் பரவியிருந்த சுமத்ரா, ஜாவா முதலிய தீவுகளுக்கும் சென்றனர்; அங்கங்குத் தாம் தாம் கண்டவற்றைத் தம் குறிப்புப் புத்தகத்தில் எழுதிச் சென்றனர். அங்ஙனம் யாத்திரை செய்த சீன பிக்ஷுக்களில் குறிப்பிடத்தக்கவர் இருவர்; ஒருவர் கி.பி.நான்காம் நூற்றாண்டில் இந்தியா வந்த பாஹியான் என்பவர்; மற்றவர் ஹியூன்-ஸங் என்பவர். இவர் கி.பி.ஏழாம் நூற்றாண்டின் இடைப்பகுதியில் யாத்திரை செய்தவர்.

ஹியூன்-ஸங்

இவர் இந்தியா வந்தபொழுது வட இந்தியாவில் ஹர்ஷன் பேரரசனாக இருந்தான். அவன் பௌத்த அரசன். ஹியூன்-ஸங் அவனது ஆதரவில் இருந்து வட இந்தியா முழுவதும் பார்வையிட்டார். பிறகு இவர் தென்னாட்டை அடைந்து, சாளுக்கியன் விருந்தினராகத் தங்கி இருந்தார். அப்பொழுது சாளுக்கியப் பேரரசனாக இருந்தவன் இரண்டாம் புலிகேசி என்பவன். ஹியூன் ஸங் அங்கிருந்து பல்லவ நாட்டை அடைந்தார். இவர் காஞ்சி மாநகரில் நரசிம்மவர்மன் விருந்தினராகத் தங்கி இருந்தார். இவர் காஞ்சிக்கு வந்தது ஏறத்தாழ கி.பி. 640இல் என்னலாம். இவர் காஞ்சியைப் பற்றியும் அதனைச் சுற்றியுள்ள நாட்டைப் பற்றியும் எழுதியிருப்பவற்றுள் குறிக்கத்தக்கவை இவையாகும்:

சீனர் குறிப்பு

"திராவிட நாடு செழிப்புள்ளது; நல் விளைச்சல் தருவது; வெப்பமுள்ளது. மக்கள் அச்சம் அற்றவர்; உண்மை பேசுபவர்; ஒழுக்கம் உள்ளவர்; கல்வியாளரையும் சான்றோரையும் மதித்து நடப்பவர். இந்நாட்டில் நூறு பௌத்த மடங்கள் (சங்கிராமங்கள்) இருக்கின்றன. அவற்றில் பதினாயிரம் பௌத்த பிக்ஷுக்கள் வாழ்கின்றனர். சைவ- வைணவ - சமணர் கோவில்கள் ஏறத்தாழ எண்பது இருக்கின்றன. இங்குத் திகம்பர சமணர் பலர் உள்ளனர். புத்தர் பெருமான் காஞ்சிக்கு வந்து பலரைப் பௌத்தராக்கினார் என்று இந்நாட்டவர் கூறுகின்றனர். அசோக மன்னன் இங்குப் பல ஸ்தூபிகளை நாட்டுவித்தான். அவற்றுட் சில காஞ்சியைச் சுற்றிலும் பழுதுபட்டுக் கிடக்கின்றன. நாலந்தாப் பல்கலைக்கழகப்

பேராசிரியரான 'தர்மபாலர் இக்காஞ்சிப் பதியினராம். காஞ்சி மாநகரம் ஆறு கல் சுற்றளவுடையது. அது கடற்கரையை நோக்கி இருபது கல் விரிந்துள்ள பெரிய நகரமாகும். இங்கிருந்து (மஹாமல்லபுரத்திலிருந்து) பல கப்பல்கள் இலங்கைக்குப் பிரயாணமாகின்றன.... நான் பாண்டிய நாடு சென்று கண்டேன். அங்குச் சிலரே உண்மைப் பௌத்தராக இருக்கின்றனர். பலர் பெயர் அளவில் பௌத்தராக இருந்துகொண்டு வாணிபத் துறையில் பொருளீட்டுவ திலேயே கண்ணும் கருத்துமாக இருக்கின்றனர். அங்குப் பௌத்த சமயம் வீழ்நிலை அடையத் தொடங்கிவிட்டது. பல இடங்களில் பௌத்த மடங்கள் இருந்தமைக்குரிய அடையாளங்கள் தெரிகின்றன."

அக்கால அரசர்

சாளுக்கியர்

இவர்கள் விந்தியமலைக்குத் தெற்கே துங்கபத்திரை யாறு வரை பேரரசை ஏற்படுத்தி ஆண்டவர்கள். இவர்கள் பல்லவர்க்குக் கொடிய பகைவராக இருந்து, அவர்களுடன் ஓயாது போரிட்டு வந்தனர். இரண்டாம் புலிகேசி வரலாறு முன்பே குறிக்கப்பட்டதன்றோ? நரசிம்மவர்மனது நீண்ட ஆட்சியில் (கி.பி. 635-668) இரண்டாம் புலிகேசியும் அவன் மகனான முதல் விக்கிரமாதித்தனும் சாளுக்கிய அரசராக இருந்தனர். முதல் விக்கிரமாதித்தன் ஏறத்தாழ கி.பி, 655இல் அரசுகட்டில் ஏறினான்; 680 வரை அரசாண்டான்.

கங்கர்

காவிரிக்குத் தென்பாற்பட்ட குட்கு நாட்டையும் தென்மைசூர்ப் பகுதியையும் துர்விநீதன் ஆண்டு வந்தான். அவனுக்குப் பிறகு பூவிக்கிரமன் (கி.பி. 640-670) ஆட்சி புரிந்தான்.

சேரர்

சங்க காலத்திற்குப் பிறகு இவர்கள் செல்வாக்கும் உரிமையும் மறைந்தன. இவர்கள் பாண்டியர்க்கு அடங்கிப் பெரும்பாலும் சிற்றரசர் நிலையில் இருந்து வந்தனர். பாண்டியர்க்கும் சேரர்க்கும் ஓயாது போர்கள் நடந்த வண்ணம் இருந்தன.

சோழர்

நரசிம்மவர்மன் காலத்துச் சோழன் மங்கையர்க்கரசியாரின் தந்தை அல்லது உடன்பிறந்தான் ஆவன். அவனது தலைநகரம் உறையூர். அவன் பாண்டியர்க்கு உடந்தையாக இருந்தவன்; பாண்டியன், பல்லவனை எதிர்த்த பொழுதெல்லாம் இவன் பாண்டியனுடன் சேர்ந்திருந்தான்.

பாண்டியர்

இக்காலத்துப் பாண்டியன் மாறவர்மன் அரிகேசரி என்ற நின்றசீர் நெடுமாறன் என்பவன். இவன் கி.பி. 640- இல் பட்டம் பெற்றவன்; சுமார் 40 ஆண்டுகள் அரசாண்டவன். இவன் மங்கையர்க்கரசியார்க்குக் கணவன். இவன் பல்லவனைச் சங்கரமங்கை என்னும் இடத்தில் வென்றதாகப் பாண்டியர் பட்டயம் குறிக்கின்றது. இவன் மகன் கோச்சடையன் ரணதீரன் என்பவன்; மங்கையர்க்கரசியார் மகன்; அதனால் தன்னை 'சோழ-பாண்டியன்' என்று கூறிக்கொண்டவன். நெடுமாறன் சைவ நாயன்மார் அறுபத்து மூவருள் ஒருவன்.

களப்பிரர்

இவர்கள் சிம்மவிஷ்ணு காலமுதல் வலிகுன்றிச் சிற்றரசர் ஆயினர்; இவருள் ஒரு பகுதியினர் தஞ்சாவூர், சந்திரலேகா (செந்தலை) முதலிய சோழ நாட்டுப் பகுதிகளை ஆண்டுவந்தனர். இவர்கள் தமிழ் அரசருடன் சேர்ந்து பல்லவரை எதிர்த்து வந்தனர்.

கீழைச் சாளுக்கியர்

கோதாவரி, கிருஷ்ணையாறுகட்கு இடைப்பட்ட வேங்கை நாட்டை இரண்டாம் புலிகேசியின் தம்பியான விஷ்ணுவர்த்தனன் ஆண்டுவந்தான் அல்லவா? அவனுக்குப் பின், அவன் மகன் பட்டம் அடைந்தான். அவனைப் பட்டத்தில் ஏற்றும்பொழுதுதான் நரசிம்மவர் மனுக்கும் துர்விநீத கங்கனுக்கும் போராட்டம் நடை பெற்றது என்பது முன் கூறப்பட்டதன்றோ? அதனால், கீழைச் சாளுக்கியர் பல்லவ நாட்டின் பகைவரேயாவர்.

சுற்றிலும் பகைவர்

இங்ஙனம் பல்லவப் பெருநாட்டிற்கு வட திசையில் கீழைச்சாளுக்கியரும் மேலைச்சாளுக்கியரும் அரசாண்டு வந்தனர்; மேற்கில் கங்கரும் சேரரும் ஆண்டு வந்தனர். தெற்கே சோழர், களப்பிரர், பாண்டியர் இருந்து வந்தனர். இவர் அனைவரும் பல்லவனுக்குப் பகைவர்களே ஆவார்கள். இப்பகைவர்களில் சாளுக்கியரும் கங்கரும் சேர்ந்து எதிர்க்கையில் தென்னாட்டரசர் தெற்கிலிருந்து எதிர்த்துவந்தனர். இங்ஙனம் முப்புறங்களிலும் பகைவரைப் 'பெற்று, அவர்கட்கு இடை டயில் ஏறத்தாழ முன்னூறு வருடகாலம் பேரரசராக இருந்து வாழ்ந்தனர் எனின், அவர் தம் பேராற்றலை என்னென்பது! இத்துணைப் பகையரசரையும் வென்று, வன்மைமிக்க சாளுக்கிய அரசனான இரண்டாம் புலிகேசியைத் தொலைத்துச் சாளுக்கியர் தலைநகரில் தன் வெற்றித் தூணை நாட்டிய நரசிம்மவர்மன் ஆற்றலை என்னெனப் பாராட்டுவது!

சமரச சமய நிலை

மஹாமல்லன் இவ்வளவு பெரு வெற்றி பெற்றதற்கு படைவலிமையும் அவனுடைய மனவலிமையும் செங்கோலுமே காரணமாகும். அவன் சிறந்த வைணவனாக இருந்தும், அரசன் என்ற முறையில் எல்லாச் சமயங்களையும் சம நோக்குடன் கவனித்து வந்தான் தனை, ஹியூன்-ஸங் அவனைப் பற்றிக்குறிப்பதால் அறியலாம். திருநாவுக்கரசரும் திருஞானசம்பந்தரும் ஆகிய சைவ சமய குரவர் அவ்வைணவ அரசன் காலத்தில்தான் தங்கள் சைவு சமயப் பிரசாரத்தை நாடு முழுவதும் செய்தனர். குடிகள் தங்கள் விருப்பத்திற்கிசைந்த சமயங்களைத் தழுவி மன அமைதியுடன் வாழ்ந்தார்கள்.

11. சமய நிலை

பல்லவ நாட்டுச் சமயங்கள்

மஹேந்திரவர்மன் வரைந்துள்ள மத்தவிலாசத் தாலும் சைவ சமயக் குரவர் பாடியருளிய முதல் ஆறு திருமுறைகளாலும் ஹியூன் - ஸங் எழுதிவைத்த குறிப்புகளாலும் -பல்லவப் பெருநாட்டில் சமணம், பௌத்தம், சைவம், வைணவம் என்னும் சமயங்கள் இருந்தமை தெளிவாகும். சைவத்தில் காபாலிகம், பாசுபதம், காலா முகம் முதலிய உட்பிரிவுகள் இருந்தன என்பதும் வெளியாகின்றது.

சமண சமயம்

இது சுவேதாம்பர சமணம், திகம்பர சமணம் என இருவகைப்படும். இவற்றில் திகம்பர சமணமே தீவிரமான சமயக்கொள்கைகளை உடையது. அதனைச் சேர்ந்த துறவிகளில் ஒருவராகவே திருநாவுக்கரசர் இருந்தார். திருநாவுக்கரசர் சைவராதற்குமுன் இவர்கள் செல்வாக்கு தமிழகம் முழுவதும் நன்றாகப் பரவி இருந்தது. இவர்களை மஹேந்திரன் உள்ளிட்ட பல்லவ அரசர் சிலர் ஆதரித்துவந்தனர்.

மஹேந்திரன் சைவன் ஆனது முதல் சமணர் செல்வாக்கு ஒடுங்கிவிட்டது. ஆயினும், தென்னார்க்காடு ஜில்லா, வடஆர்க்காடு ஜில்லா, புதுக்கோட்டைச்சீமை, தஞ்சாவூர் ஜில்லா, செங்கற்பட்டு ஜில்லா ஆகிய இவ்விடங்களில் அங்கங்குச் சமணர் வாழ்ந்துவந்தனர். சமணருள் பெண் துறவிமார் உண்டு. அவர்கள் கந்தியர், குரத்திமார் எனப்பட்டனர்.

அவர்களைக் கொண்ட மடங்கள் சில பல்லவ நாட்டில் இருந்தன. சமணர்கள் பாலி, வடமொழி நூல்களில் வல்லவர்கள்; தர்க்கவாதத்தில் இணையற்றவர்கள்.

பௌத்த சமயம்

பௌத்தர்கள் அசோகன் காலமுதல் தமிழ்நாட்டில் வாழ்ந்துவந்தார்கள். அவர்கள் சமயக் கொள்கைகள் நாட்டில் நன்றாகப் பரவி இருந்தன. சங்க காலச் சோழர், காஞ்சியில் பௌத்த சமயத்தைப் பெருமைப் படுத்தினார்கள். மணிமேகலை என்பவள் பௌத்த பிக்ஷுணியாக இருந்து காஞ்சியில் புத்தபீடிகை ஒன்றை அமைத்தாள்; அறம் செய்துவந்தாள். ஹியூன்-ஸங் காலத்தில் காஞ்சி நகரத்தில் பௌத்த ஸ்தூபிகள் பழுதுபட்டுக் கிடந்தன; பல்லவ நாட்டில் நூறு பௌத்த மடங்கள் இருந்தன. பதினாயிரம் துறவிகள் இருந்தனர். எனினும், பௌத்தம் அப்பொழுது வீழ் நிலையிற்றான் இருந்தது. பௌத்த துறவிகளுட் பலர் ஒழுக்கம் கெட்டிருந்தனர் என்பது மஹேந்திரன் கருத்து என்பது, அவனது நாடக நூலிலிருந்து வெளிப்படுகின்றது.

பல்லவ மன்னர் சமணம், சைவம், வைணவம் ஆகிய சமயங்கட்கு ஆதரவு காட்டினர் கோவில்கள் அமைத்தனர் என்பதற்குச் சான்றுகள் கிடைக்கின்றன; ஆயின்; அவர்கள் பௌத்தத்தை ஆதரித்தனர் என்பதற்குச் சான்று கிடைப்பது அரிதாக இருக்கின்றது. இதனால், பல்லவர் காலத்தில் பௌத்தம் அரசியல் செல்வாக்கை இழந்துவிட்டது என்னலாம். பல்லவர் செல்வாக்குப் பெற்ற சமயங்கள் இரண்டே அவை சைவம், வைணவன் என்பன.

வைணவம்

நிலத்தைக் குறிஞ்சி, முல்லை, மருதம், நெய்தல் என்று தமிழன் பிரிவினை செய்த அன்றே திருமால் முல்லை நிலக் கடவுளாக வழிபடப்பட்டான். அஃதாவது, தமிழர்க்கு அறிவு வந்து திணை வகுக்கத் தொடங்கிய காலமுதல் இன்றுவரை தமிழ் நாட்டில் வைணவம் இருந்து வருகின்றது என்பதாம். அச்சமயம் இருந்ததைச் சங்கநூல்களாலும் அறியலாம். முதல் ஆழ்வார் மூவர் அருளிய அருட்பாடல்களால் வைணவ சமயம் நாட்டிற் பெற்றிருந்த செல்வாக்கை நன்குணரலாம். பல்லவ மன்னருள் முதற் காலப் பல்லவன் ஒருவன் மனைவியான சாருதேவி என்பவள் நாராயணன் கோவிலுக்கு நிலதானம்

செய்ததை முன்னரே குறிப்பிட்டோம் அல்லவா? இடைக்காலப் பல்லவருள் விஷ்ணுகோபன் முதலியோர் தங்களைப் 'பரம பாகவதர்' என்று கூறிக்கொண்டனர். சிம்ம விஷ்ணு பாகவத உத்தமன். அவன் மகனான மஹேந்திரன் சைவன். அவன் மகனான நரசிம்மவர்மன் பரம பாகவதன். பல்லவ அரசருள் பெரும்பாலும் தந்தை சைவனாயின் மகன் வைணவனாக இருந்துவந்தான் என்னலாம். பல்லவ அரசர் இந்த இரண்டு சமயங்களையே தம் கண்களாகக் கருதி வளர்த்துவந்தனர்.

சைவம்

சைவ சமயம் பல்லவர் காலத்தில் பெருஞ்சிறப்புற்றது. மஹேந்திரன் காலமுதல் பல்லவப் பெருநாட்டில் சைவம் புத்துயிர் பெற்று வேரூன்றித் தழைத்துச் சிறப்படைந்தது. அவன் காலத்தவரான திருநாவுக்கரசர் தம் திருப்பதிகங்களாலும், தீவிரத் தொண்டினாலும், பிரயாணத்தாலும் தொண்டை நாட்டையும் சோழநாட்டையும் சைவசமயம் ஆக்கினார். அவருக்கு முனிவரும் பல்லவனும் செய்த கொடுமைகள், அவற்றை அவர் தமது திருத்தொண்டின் உறைப்பாலே வென்றமை ஆகிய செய்திகள் நாடெங்கும் பரவின; மக்கள் திருநாவுக்கரசரைக் கண்கண்ட தெய்வமாகக் காண்டாடினர். அரசனும் சைவனானான் என்றது கேட்ட மக்கள் உள்ளம் சைவத்திற் பாய்தல் இயல்புதானே! திரளான மக்கள் சைவத் தொண்டர்கள் ஆயினர். சைவப் படையெழுச்சி ஏற்பட்டது. சிவத்தலங்கள் சிறப்புடையத் தொடங்கின. அக்காலத்தில் சீகாழியிற் பிறந்த திருஞானசம்பந்தரும் திருநாவுக்கரசர்க்கு உதவியாக இருந்து, சோணாடு நாடு முழுவதும் பன்முறை சுற்றிச் சைவப்பயிரைத் தழையச் செய்தனர். இவ்விருவரைச் சூழ்ந்து ஆயிரக்கணக்கான தொண்டர்கள் அணி அணியாக நாடு முழுவதும் நடந்தனர்; இருநூற்றுக்கு மேற்பட்ட சிவத்தலங்களைத் தரிசித்துப் பாடல்கள் பாடினர். இவர்கள் பண்ணோடு பாடி ஆடினதால் மக்கள் பண்ணிலும் பக்தியிலும் ஈடுபட்டு மகிழ்ந்தனர். சைவனான மஹேந்திரவர்மனும் வைணவனான நரசிம்மவர்மனும் கோவில்களை நன்முறையில் வைத்துக் கோவில் ஆட்சியைக் கவனித்து வந்தமையாற்றான்,

இந்நாயன்மார் சென்ற கோவில்களில் எல்லாம் சிறப்புப் பெற்றனர்.

பிற நாயன்மார்கள்

திருநாவுக்கரசரும் திருஞான சம்பந்தரும் வாழ்ந்த காலத்தில் மஹேந்திரவர்மன், நரசிம்மவர்மன் ஆட்சிக் காலத்தில் வாழ்ந்த நாயன்மார் இவராவர்:- (1) பரஞ்சோதியார் என்ற சிறுத்தொண்டர், (2) குங்கிலியக்கலய நாயனார், (3) முருக நாயனார், (4) திருநீலகண்ட யாழ்ப்பாணர், (5) திருநீலநக்கர், (6) அப்பூதி அடிகள், (7) நெடுமாறன், (8) மங்கையர்க்கரசியார், (9) பாண்டியன் அமைச்சர்- குலச்சிறை நாயனார். முற்சொன்ன இருவரையும் கூட்டினால் நாயன்மார் பதினொருவர் ஆவர்.

நாயன்மார் - சமயத் தொண்டர்

இந்த நாயன்மாருட் பலர் தாம் தாம் வாழ்ந்த இடங்களில் இருந்த சிவன் கோவில்களில் தொண்டு செய்துவந்தனர்; மடங்கள் வைத்துச் சைவ சமயக் கல்வியைப் பரப்பி வந்தனர்; தண்ணீர்ப் பந்தல், உணவுச் சாலைகளை வைத்துப் பொதுமக்கட்குத் தொண்டு செய்தனர்; வெளியூர் அடியார்கள் வந்து தங்க மடங்களில் வசதி செய்துவந்தனர்; சிவனடியார்களைச் சிவபெரு மானாகவே கருதி மரியாதையுடன் நடந்து வந்தனர். இத்தகைய நற்செயல்களால் சைவர்க்குள் ஒற்றுமையும் சமயப்பற்றும் ஓங்கி வளர்ந்தன. சைவ சமயம் நாளொரு மேனியும் பொழுதொரு வண்ணமுமாக வளர்ந்துவந்தது.

கோவில்கள்

கோவில்கள் செங்கல், மண், மரம், உலோகம் இவற்றால் ஆகியவை. இவை ஏறத்தாழ இருநூற்றுக்கு மேற்பட்டவை. இவை பல்லவர்க்கு முற்பட்ட கோவில்கள் ஆகும். இவற்றுட் பல கோவில்களில் இசையும் நடனமும் வழக்கில் இருந்தன.

“பண்ணியல் பாடல் அறாத ஆரூர்”

“மாதர் விழாச் சொற்கவிபாட ஆரூர்”

“கோவில் விழாவில் அரங்கேறிக்கொடியிடை

மாதர்கள்மைந்தரோடும்
பாலென வேமொழிந் தேத்தும் ஆலூர்"

"தையலார் பாட்டோவாச் சாய்க்காடு"

என வரும் சம்பந்தர் கூற்றால் கோவில்களில் இசை வளர்க்கப்பட்டமை அறியலாம்.

"தேனார் மொழியார் திளைத்தங் காடித் திகழும்
குடமூக்கில்"

"வலம் வந்த மடவார்கள் நடம் ஆட.."

"முழவம் மொந்தை குழல்யாழ் ஒலி
சீராலே பாடல் ஆடல் சிதைவில்லதோர் ஏரார்பூங் கச்சி"

எனவரும் தேவார அடிகளால் கோவில்களில். நடனம் வளர்ச்சி பெற்றதை நன்கறியலாம். இவையன்றித் திங்கள்தோறும் விழாக்கள் நடைபெற்றன. இவை அனைத்தும் மக்கள் உள்ளத்தை ஈர்த்தன. மக்கள் சைவ சமயத் தேனைப் பருகும் ஈக்கள் ஆயினர்.

சைவக் கிளைச் சமயங்கள்

சமயம் வளரவேண்டும் என்ற முறையில் அக்காலச் சமயக் குரவர் பலவகைப்பட்ட சைவக் கிளைச் சமயத்தாரையும் கலந்துகொண்டனர் போலும்! அச்சமயங்கள் வடநாட்டிலிருந்து வந்து புகுந்தவை. அவையே காபாலிகம், பாசுபதம், காலாமுகம் முதலியன. அவற்றைப் பின்பற்றிய மக்களின் பெயர்களைக் காணின், அவை 'தேவ சோமா' முதலிய வடநாட்டுப் பெயர்களாகவே காண்கின்றன. அவர்கள் சமயக் கொள்கைகட்கும் பழக்கவழக்கங்கட்கும் திருநாவுக்கரசரது அன்பு கலந்த சைவ சமயக் கொள்கைகட்கும் பழக்கங்கட்கும் சிறந்த வேறுபாடுகள் காண்கின்றன.

காபாலிகர்:

இவர்கள் பைரவரை வழிபட்டவர்; மண்டை ஓடுகளை மாலைகளாக அணிந்தவர்; எல்லா உயிர் களையும் பைரவருக்குப் பலியிட்டவர்; இறைச்சியையும் மதுவையும்

உட்கொண்டவர்; பெண்களைச் 'சக்தி' என வழிபட்டவர். இவர்களால் சக்தி வணக்கம் வளர்ந்தது. காபாலிகர்க்குக் கபாலம் இன்றியமையாதது. அஃது இல்லாமல் காபாலிகன் தனித்து இரான். இவ இவர்கள் உடல்முழுவதும் சாம்பலைப் பூசிக்கொண்டவர். இவருள் பெண்பாலரும் இருந்தனர். இருபாலரும் வேற்றுமை இன்றிப் பழகினர். சிறுத்தொண்டர் காபாலிகச் சைவரே ஆவர்.

பாசுபதர்

இவர்கள் 'மஹேஸ்வரர்' என்றும் கூறப்படுவர். வர்கள் திருநீறு அணிந்து லிங்க பூசை செய்பவர்; சிவனை முழுமுதற் கடவுளாகக் கொண்டிருப்பவர். வருட் சிலர் மொட்டை அடித்திருப்பர்; சிலர் குடுமி வைத்திருப்பர்; வேறு சிலர் மயிரைக் கத்திரித்து விடுவர். சிலர் உடம்பு முழுவதும் நீறணிந்து நடமாடுவர். இவர்கள் தவமுயற்சி மேற்கொண்டவர்கள்; சிவ கணங்களிடம் நம்பிக்கை கொண்டவர்கள்; அவற்றைத் திருப்தி செய்ய உயிர்களைப் பலியிடுவார்கள், இறைச்சி படைத்து அதனையே உண்பார்கள்.

காலாமுகர்

இவர்கள் சிறந்த படிப்பாளிகள்; சமய நூல்களைக் கற்ற பேரறிஞர்கள்; பக்தி முறையைப் பின்பற்றியவர்கள்; இறைவனைப்பற்றிப் பாடலும் மெய்ம்மறந்து ஆடலும் மேற்கொண்டவர்கள்; மந்திரம் செபிப்பவர்கள். இவருள் ஒரு சாரார் மஹாவிரதியர் (கடுநோன்பிகள்) எனப்பட்டனர். அவர்கள் மண்டை ஓட்டில் உணவு கொள்வர்; உடல் முழுவதும் பிணச் சாம்பலைப் பூசுவர்; அச்சாம்பலைத் தின்பர்; மதுப் பாத்திரம் வைத்திருப்பர்; தண்டேந்தித் திரிவர்.

இங்ஙனம் பலதிறப்பட்ட சைவர்களும் பல்லவ நாட்டில் இருந்தனர். இவர்கள் நிலையைத் திருநாவுக்கரசரும் தமது தேவாரத்திற் குறித்துள்ளனர். வர்கள் அனைவரும் சேர்ந்து பல்லவ நாட்டுச் சைவத்தை வளம்பெற வளர்த்தனர் என்னல் தவறாகாது.

சைவத் திருமுறைகள்

திருநாவுக்கரசர் பாடிய திருப்பதிகங்களும் திருஞானசம்பந்தர் பாடிய திருப்பதிகங்களும் பல்லவர்கால சமய இலக்கியம் என்னலாம். இவை ஏறத்தாழ 6000-க்கு மேற்பட்ட பாடல்கள் கொண்டவை. இவை பக்திச் சுவையை ஊட்டுவதுடன், நாட்டின் ஊர்களின் இயற்கை அழகு, வரலாற்றுக் குறிப்புகள், சமணர்-பௌத்தர்-பிற நாயன்மார்களைப் பற்றிய குறிப்புகள், அக்காலத் தமிழ்நடை முதலிய பல சிறந்த பொருள் பற்றிய குறிப்புகளை நமக்கு உதவுகின்றன. இவை அனைத்திற்கும் மேலாக, அவை; 'தமிழ்ப் பண்கள் இவை' என்பதை நமக்கு எடுத்துக் காட்டும் இசை நூல்களாகவும் உதவுகின்றன. சமய நிலையை மட்டும் நோக்குமிடத்து, இவ்விரண்டு பல்லவ வேந்தர் காலமும் சைவ சமய வளர்ச்சியின் பொற்காலம் என்னலாம்.

12. அரசியல்

நாட்டுப் பிரிவு

பல்லவப் பெருநாடு முண்டராஷ்டிரம், வெங்கோராஷ்டிரம், சாதவாஹனராஷ்டிரம், துண்டக ராஷ்டிரம் எனப் பல ராஷ்டிரங்களாகப் பிரிக்கப் பட்டிருந்தது. இராஷ்டிரம் பல விஷயங்களாக (ஜில்லாக்களாக)ப் பிரிந்திருந்தது. ஆயின், தொண்டைநாடு என்ற துண்டக ராஷ்டிரம் மட்டும் சங்க கால முதலே இருபத்து நான்கு கோட்டங்களாகப் பிரிந்திருந்தது. அக்கோட்டங்கள் :- 1. புழல் கோட்டம் 2. ஈக்காட்டுக் கோட்டம். 3. மணவிற் கோட்டம் 4. செங்காட்டுக் கோட்டம் 5. பையூர்க் கோட்டம் 6. எயில் கோட்டம் 7.தாமல் கோட்டம் 8 ஊற்றுக் காட்டுக் கோட்டம் 9.களத்தூர்க் கோட்டம் 10. செம்பூர்க் கோட்டம் 11. ஆம்பூர்க் கோட்டம் 12. வெண்குன்றக் கோட்டம் 13. பல்குன்றக் கோட்டம் 14. இலங்காட்டுக் கோட்டம் 15. கலியூர்க் கோட்டம் 16. செங்கரைக் கோட்டம் 17. படுவூர்க் கோட்டம் 18. கடிகூர்க் கோட்டம் 19. செந்திருக்கைக் கோட்டம் 20. குன்றவட்டான கோட்டம் 21. வேங்கடக் கோட்டம் 22. வேலூர்க் கோட்டம் 23. சேத்தூர்க் கோட்டம் 24. புலியூர்க்கோட்டம் என்பன.

அரச முறை

பல்லவர் அரச முறை, தந்தையிடத்திலிருந்து, முதல் மகனுக்கே உரிமையாக வந்து கொண்டிருந்தது. மகன் இல்லாத இடத்துப் பங்காளிகள் அரசவுரிமை ஏற்பது வழக்கம். அரசன் திடீரெனப் பிள்ளை இன்றி இறப்பின்,அமைச்சர் முதலிய அரசியல் பொறுப் புள்ளவர் அரச மரபில் தக்கார் ஒருவரைத் தேர்ந்தெடுத்தல் மரபு.

அரசர் குடும்பம்

பல்லவ அரசர் உத்தம அரச இலக்கணங்கள் அமையப் பெற்றவர்கள்; மணிமுடி தரித்த மன்னர்கள். இக்குறிப்புகளை

மாமல்லபுரத்தில் உள்ள சிம்மவிஷ்ணு, மஹேந்திரவர்மன் இவர் தம் உருவச் சிலைகள் கொண்டு உணரலாம். பல்லவ அரசர் ஒழுக்கமும் கல்வியும் ஒருங்கே பெற்றவர்கள். மஹேந்திரவர்மன் சிறந்த வடமொழிப் புலவன்; நூலாசிரியன்; இசையாசிரியன்; சிற்பம், ஓவியம் போன்ற நாகரிகக் கலைகளை வளர்த்தவன். நரசிம்மவர்மன் சிறந்த வைணவ பக்தன்; செங்கோல் அரசன். மஹேந்திரன் அறிவு, ஆண்மை, அரசியல் முறை இவற்றில் ஓரளவும் குறையாமல் நரசிம்மவர்மன் பெற்றிருந்ததைக் காணில், இளவரசர் இளமையில் நல்ல முறையில் தக்க பயிற்சி பெற்று வந்தனர் என்பது அறியப்படும். அவர்களை ஈன்ற அரச மாதேவியர் கல்வி, ஒழுக்கம், சமயப்பற்று முதலியவற்றிற் சிறந்திருந்தனர் என்பது வெளியாகும்.

பல்லவர் இலச்சினை

சேரனுக்கு இலச்சினை வில்; சோழற்குப் புலி; பாண்டியற்கு மீன்; சாளுக்கியர்க்குப் பன்றி. இவ்வாறே பல்லவர்க்கு நந்தி இலச்சினை ஆகும். கொடியும் நந்திக் கொடி நாணயங்களும் நந்தி முத்திரை கொண்டவை. சில் முத்திரைகளில் நந்திமீது. லிங்கம் பதியப் பட்டுள்ளது. இதனால், பல்லவரது அரசியல் சமயம் சைவ சமயம் என்பது பெறப்படும். தனிப்பட்ட முறையில் பல்லவ அரசர் வைணவராகவோ, சமண ராகவோ இருக்கலாம். அரசாங்க முத்திரை கொண்ட ஓலை 'நந்தி முத்திரையோடு விடப்பட்ட ஓலை' ஆகும்.

அமைச்சர்

பல்லவ அரசருக்கு உதவியாக இருந்து அரசியல் நடத்தலில் அமைச்சர் சிறந்த பங்கு கொண்டிருந்தனர். மஹேந்திரன் திருநாவுக்கரசரை அழைத்துவர அமைச்சரைத் திருவதிகைக்கு அனுப்பினான் அல்லவா?

அரசன் அவை

அரசன் அவையில் அமைச்சர், கற்றறிந்த சான்றோர். சேனைத்தலைவர், தூதுவர் முதலியோர் டம் பெற்றிருந்தனர். சேனைத் தலைவரான பரஞ்சோதியார் அரச அவையில் ஆலோசனைச் சபையில் இடம் பெற்றவராவர்.

பல்லவர் படை

பல்லவ வேந்தர் யானை, குதிரை, காலாட் படைகளை வைத்திருந்தனர். அப்படைகள் பல்லவப் பெரு நாட்டைச் சுற்றியிருந்த எல்லா அரசர் படைகளையும் வெல்லவல்ல பேராற்றல் பெற்றிருந்த்ன என்பதை முற்பகுதிகளிற் படித்தீர்கள் அல்லவா? போரில் வல்ல சாளுக்கியர் படைகளையே சிதற அடித்த ஆற்றல் பெற்ற பல்லவர் படைகளையும், அவற்றின் தலைவர்களான் பரஞ்சோதியார். போன்ற பெருவீரரையும் என்னென மதிப்பிடக் கூடும்!

படைத்தலைவர்

பல்லவர் படைத்தலைவரான பரஞ்சோதியார் வடமொழி, தென்மொழிகளில் வல்லவராக இருந்தார்; பல வகைச் சாத்திரங்களில் தேர்ச்சி பெற்றிருந்தார்; மருத்துவக்கலை நிபுணராக இருந்தார் என்ற விவரங்களை நோக்கப் பல்லவர் படைத்தலைவர் சாதாரண வீரர் மட்டும் அல்லர் என்பதறியப்படும்.

கடற்படை

மஹேந்திரன், நரசிம்மன் காலத்தில் பல்லவரது கடற்படை நன்னிலையில் இருந்தது; கடல் வாணிகம் செழிப்புற நடந்தது; தீவுகள்மீது படையெடுத்துச் செல்லும் வன்மை பெற்றிருந்தது. அக்காலத்தில் மஹாமல்லபுரமே மிகச்சிறந்த கடற்றுறைப் பட்டினமாக இருந்தது. பூம்புகார் எனப்பட்ட காவிரிப்பூம் பட்டினமும் நாகப்பட்டினமும் துறைமுக நகரங்களாக இருந்தன. பல்லவ நாட்டு மக்கள் கிழக்கிந்தியத் தீவுகளுடனும் சீன நாட்டுடனும் வாணிகம் செய்தனர்.

ஆட்சி முறை

சிற்றரசர்

இராஷ்டிரங்களை "மண்டலீகர்' என்பவர் ஆண்டுவந்தனர். பல்லவ நாட்டின் வடபகுதியான ஆந்திர நாட்டைச் சிம்மவிஷ்ணுவின் தம்பியான பீமவர்மன் மரபினர், மஹேந்திரவர்மன் முதலிய பேரரசர்க்கு அடங்கி ஆண்டுவந்தனர். தெற்கே

திருக்கோவலூரைத் தலைநகராகக்கொண்டு மலைநாட்டை 'மலையமான்கள்' என்ற 'சித்தவடவர்' எனப்பட்டோர் ஆண்டனர். அதற்கு அப்பாற்பட்ட திருநாவலூரைத் தன்னகத்தே பெற்ற நிலப்பகுதி திருமுனைப்பாடி நாடு எனப்பட்டது. அதனை முனையரையர்' என்பவர் ஆண்டு வந்தனர். வட ஆர்க்காடு, தென் ஆர்க்காடு ஆர்க்காடு ஜில்லாக்களின் பெரும்பகுதியைப் பாண அரசர்கள் ஆண்டுவந்தனர். புதுக்கோட்டைச் சீமையைக் கொடும்பாளூரைத் தலைநகரமாகக் கொண்டு வேளிர் மரபினர் அரசாண்டனர். 'கொல்லிமலைப் பகுதியை மழவர் மரபினர் ஆண்டுவந்தனர். கடப்பை, கர்நூல் ஜில்லாக்களின் பெரும்பகுதியை ரேநாண்டுச் சோழர் அரசாண்டனர். அவர்கள் தங்களைக் கரிகாலன் மரபினர்' என்று கூறிக்கொண்டனர். இச்சிற்றரசர்க்கு அடங்கியே தம் நாட்டை ஆண்டனர். சங்க காலத் தமிழகத்தையோ அதன் அரசியல் அமைப்பையோ சிதைக்கவில்லை; சிற்றரசர்களை ஒழித்துவிடவில்லை; சோழரது பழமையை மதித்து அவர்களைத் தனி அரசர்களாகவே மதித்துவந்தனர்.

நாடும் ஊரும்

நாடு என்பது கோட்டத்தை விடச் சிறியது; பல ஊர்களைத் தன்னகத்தே பெற்றது. அவ்வூர்கள் அடங்கிய நாட்டை ஆண்டவர் 'நாட்டார்' எனப்பட்டனர். 'ஊரார்' என்பவர் தனித்தனி ஊரவையினர். 'ஆள்வார்' என்பவர் பல்லவ அரசாங்க அதிகார சபையினர். இம் மூவரும் சேர்ந்தே நாடு ஊர்களைப்பற்றிய விவகாரங்களைச் செய்துவந்தனர் தனிப்பட்ட முறையில் நாட்டார்க்குச் சில அதிகாரங்கள் உண்டு; ஊரார்க்கும் அங்ஙனமே. அரசனது ஆணை வருமாயின், இம்முத்திறத்தாரும் இருந்தே அதனை நிறைவேற்றல் வழக்கம். ஊர் அவையினர் 'பெருமக்கள்' எனப்பட்டனர். அவர்கள் ஊர் ஆட்சியைத் திறம்பட நடத்திவந்தனர்.

கோவில் ஆட்சி

ஊர்களிலிருந்த சிறிய கோவில்களை ஊரவையாரே கவனித்துவந்தனர்; அவற்றின் வருவாய் -செலவு விழா நடத்தல் முதலிய எல்லாவற்றையும் கவனித்துவந்தனர்.

பெரிய கோவில்களைத் தனி அவையார் மேற்பார்த்து வந்தனர். அவர்கட்கு 'அமிர்த கணத்தார்' என்பது பெயர். அவர்கள் கோவில் சம்பந்தமான எல்லாக் காரியங்களையும் கவனித்துவந்தனர்: கோவில் நிலம், கிராமத் தொடர்பாகக் கோவிலில் செய்யவேண்டிய காரியங்கள் முதலியவற்றில் ஊர்ச்சபையாரைக் கலந்தே காரியங்களைச் செய்துவந்தனர். சிற்றூர்களில் கோவில்களே உயிர்நாடியாக இருந்தன. தேவைப்பட்டபொழுது இருந்த ஊரவையாரும் தனிப்பட்டவரும் கோவில் பண்டாரத்திலிருந்து கடன்பெறல் வழக்கம். இசை, நடனம், நாடகம், சிற்பம், ஓவியம் என்ற கலைகளை வளர்க்கும் கலைக்கூடமாகக் கோவில் விளங்கியது. முக்கியமான வழக்குகள் கோவில் மண்டபத்தில் விசாரிக்கப்பட்டு வந்தன. சமய சம்பந்தமான சொற்பொழிவுகள் கோவில்களிற்றான் நடந்தன.

மடங்கள்

பெரிய கோவில்களை அடுத்து மடங்கள் பாடங்கள் இருந்துவந்தன. அவற்றில் சமய நூற் கற்பிக்கப்பட்டன. அவற்றைப் படித்த மாணவர்க்கும் ஆசிரியர்க்கும் உணவு. வழங்க நிலதானம் செய்யப்பட்டிருந்தது. மடத்து ஆட்சியைக் கவனிக்க ஒரு வட்டத்தினர் இருந்தனர். அவர்கள் மடத்துச் சத்தப் பெருமக்கள் எனப்பட்டனர். சிறிய மடங்கள் ஆளுங்கணத்தார் அல்லது ஊரவையார் மேற் பார்வையில் நடைபெற்றன.

தான வகை

பல்லவப் பேரரசர்கள் வேதங்களில் வல்ல மறையவர்க்குப் பல ஊர்களை வழங்கினர். அவை 'பிரம்ம தேசம்' எனப் பெயர் பெற்றன. அவர்களால் கோவில்கட்கு விடப்பட்ட கிராமங்கள் 'தேவதானச் சிற்றூர்கள்' எனப்பட்டன. சமணர் கோவில்கட்குப் பெற்றிருந்த வரியற்ற நிலங்கள் 'பள்ளிச் சந்தம்' எனப் பெயர்பெற்றன. தனிப்பட்டவர் கல்விக்கு மதிப்பீந்து அளிக்கப்பட்ட நிலங்கள் அல்லது ஊர்கள் 'பட்ட விருத்தி' எனப்பட்டன.

அறங்கூர் அவையம்

பல்லவப் பெருநாட்டில் இருந்த பெரிய அறங்கூர். அவையங்கள் 'அதிகரணங்கள்' எனப் பெயர்பெற்றன. சிற்றூர் அவையங்கள்

'கரணம்' எனப்பட்டன. உயர் நீதிமன்றம் 'தர்மாஸனம்' எனப் பெயர் பெற்றது.

பலவகை வரிகள்

பல்லவ அரசாங்கம் குடிகளிடமிருந்து பலவகை வரிகள் பெற்று வந்தது. அவற்றுள் மிகச் சிறந்தது நிலவரி ஆகும். மொத்த வருவாயில் ஆறில் ஒரு கடமை வாங்கி வந்தது. தென்னை பனைமரங்களில் கள் இறக்க வரி விதிக்கப்பட்டிருந்தது. செங்கொடி, கருசராங் கண்ணி முதலிய மருந்துச் செடிகளைப் பயிராக்கப் பணம் செலுத்தி உரிமை பெறவேண்டி இருந்தது. மருக்கொழுந்து, நீலோற்பலம் (குவளை மலர்) முதலியன அரசாங்க உரிமை பெற்றே (வரி செலுத்தியே) பயிரிட வேண்டியனவாக இருந்தன. கால்நடைகளாற் பிழைப்பவர், வேட்கோவர், வண்ணார், புரோகிதர், பலவகைக் கொல்லர், தரகர், ஓடக்காரர், செக்கார், நூல் நூற்பவர், ஆடை நெய்பவர், ஆடை விற்பவர், பனஞ்சாறு எடுப்பவர், வலைஞர் முதலிய தொழிலாளர் தத்தமது தொழிலுக்கே ஏற்றவாறு வரி செலுத்திவந்தனர். அரசாங்கத்தில் ஓர் இடத்திலிருந்து பிறிதோர் இடத்துக்கு ஓலை போக்க வசதி இருந்ததுபோலும்! அவ்வசதிக்காகச் செலுத்தப்பட்ட வரி 'திருமுகக் காணம்' என்பது. கத்தி முதலிய போர்க் கருவிகளைச் செய்தவர் 'கத்திக் காணம் என்ற ஒருவகை வரியைச் செலுத்தி வந்தனர். பறையடிப்பவர் 'நெடும் பறை' என்ற ஒருவகை வரி செலுத்தினர். மன்றங்களில் வழக்காளிகட்கு விதிக்கப்பட்ட தண்டம் 'மன்றுபாடு' எனப்பட்டது. இவை அனைத்தையும் நோக்கப் பல்லவ அரசாங்கம் குடிமக்களிடமிருந்து பல வழிகளிலும் வரியைப் பெற்றுவந்தது என அறியலாம்.

அரசாங்கப் பண்டாரம்

இதன் தலைவன் நிறைந்த கல்வியும் சிறந்த ஒழுக்கமும் உடையவனாக அமர்த்தப்பட்டான். பண்டாரத்திலிருந்து பொருள்கொடுக்க ஆணையிடுபவன் 'கொடுக்கப்பிள்ளை' எனப்பட்டான். அரசாங்கப் பண்டாரம் 'மாணிக்கப் பண்டாரம்' என்றும் பெயர் பெற்றிருந்தது.

அளவைகள்

நாழி, உறி, உழக்கு, பிடி, ஜோடு, மரக்கால், பதக்கு, குறுணி, காடி, கலம் முதலியன் முகத்தல் அளவைக் கருவிகள். நிவர்த்தனம்,பட்டிகா (பட்டி), பாடகம், குழி, வேலி என்பன நீட்டல் அளவைப் பெயர்களாம். கழஞ்சு, மஞ்சாடி, குன்றிமணி என்பன நிறுத்தல் அளவைப் பெயர்கள்.

நீர்ப்பாசன வசதிகள்

பல்லவ அரசர் 'காடு வெட்டிகள்' ஆதலால், நீர்ப்பாசன வசதிகளைக் கண்ணும் கருத்துமாகக் கவனித்து வந்தனர். இராஜ தடாகம், மஹேந்திர தடாகம் (மகேந்திரவாடி ஏரி), சித்ரமேக தடாகம் (மாமண்டூர் ஏரி) முதலிய பெயர்களைக் காண்கையில் இவ்வுண்மை விளங்கும். தொண்டை நாடு முழுவதும் பெரிய ஏரிகள் நிரம்பிய இடமாகும். ஏரிகளிலிருந்தும் ஆறுகளிலிருந்தும் நீரைக் கொண்டு செல்ல வாய்க்கால்கள் வெட்டப்பட்டிருந்தன. பெரும்பிடுகு வாய்க்கால், வைரமேகன் வாய்க்கால் என்ற பெயர்களைக் காண்க. இந்த ஏரிகளையும் கால்வாய்களையும் கவனிக்க ஏரி வாரியப் பெருமக்கள் ஊர்தோறும் இருந்துவந்தனர்.

நாணயங்கள்

பல்லவர் நாணயங்கள் செம்பு, வெள்ளி, பொன் இவற்றால் ஆனவை. மஹேந்திரன் காலத்தில் பொற்காசுகள் வழக்கில் இருந்தன; நரசிம்மன் காலத்திலும் அங்ஙனமே. அவற்றுள் பழங்காசு என்பது வாசி (வட்டம்) இன்றிச் செல்லவல்லது. புதுக்காசுகள் வாசியோடு செல்லுபடி ஆயின. நரசிம்மவர்மன் காலத்தவரான திருஞான சம்பந்தரது,

"வாசி தீரவே காசு நல்குவீர்"

என்னும் திருவீழிமிழலைத் திருப்பதிகம் இவ்வுண்மையை உணர்த்தவல்லது.

www.ingramcontent.com/pod-product-compliance
Lightning Source LLC
LaVergne TN
LVHW040824051026
849519LV00007BA/2739
* 9 7 8 9 3 9 1 4 8 0 7 6 9 *